புறாத் தோட்டம்

# புறாத் தோட்டம்

பிரேம்

எதிர் வெளியீடு

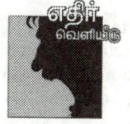

புறாத் தோட்டம்
பிரேம்
முதல் பதிப்பு: பிப்ரவரி 2021
எதிர் வெளியீடு,
96, நியூ ஸ்கீம் ரோடு, பொள்ளாச்சி - 642 002
தொலைபேசி: 04259 226012, 99425 11302

விலை: ரூ. 160

Pura Thottam
Prem
Copyright © Prem
First Edition: February 2021
Published by
Ethir Veliyeedu, 96, New Scheme Road, Pollachi-2.
email: ethirveliyedu@gmail.com
www.ethirveliyedu.in

ISBN: 978-81-947340-8-6
Cover Design: Santhosh Narayanan
Cover Photo: Pudhuvai Ilavenil
Printed at Jothy Enterprises, Chennai.

All rights reserved. No part of this book may be reprinted or reproduced or utilised in any form or by any electronic, mechanical or other means, now known or hereafter invented, including Photocopying and recording, or in any information storage or retrieval system, without permission in writing from the Publisher.

## நீரின் மறதியை நினைவு கூறும் கவிதைகள்
### ஜமாலன்

"மொழியின் சொல்லும் ஓசையும் கவிதையின் முதல் பெருங்காமம்."
- பிரேம் 'சொல்லெரிந்த வனம்' முன்னுரையிலிருந்து (சொல்: 13)

பிரபஞ்சத்தில் தீராக் காதலையும், கட்டற்ற அன்பையும் நிலைநிறுத்த இடைவிடாது புதியதொரு ஆயுதத்துடன் கொலை செய்து பழகவேண்டும் என்றும், எண்ணற்ற எதிர்க் கொலைகளின் வழியாக மட்டுமே அதை நிலைநிறுத்த முடியும் என்றும் சொல்வது வினோதமான கருத்தியலாக இருக்கலாம் ஆனால் அதனைக் கவிதையில் வாசிக்கும் போது அழகியலாகத் தோன்றுகிறதே ஏன் என்ற கேள்வி பிரேமின் ஒரு கவிதையை வாசிக்கும் பொழுது எழுந்து மற்றொரு கவிதையில் மறைந்து வேறொரு கேள்வியாக மாறித் தொடர்கிறது. கொலை மறுத்தலும், கொலை வெறுத்தலும் கொலை வேட்டலின் விளைவு என்பதைக் கவித்துவ வடிவில் வாசிப்பதற்கான தளமாக உள்ளவை பிரேமின் கவிதைகள்.

உருவமாதல், உருவு சமைத்தல், உருதிரிந்து வாழ்தல், உரு மறைத்து அலைதல் போன்ற உருவ மற்றும் உருவிலி நிலைகளை கவிதையாக்கம் செய்த கிரணம் (பிரேதா) கவிதைகளின் தொடர்ச்சியாக வெளிவந்துள்ளது பிரேமின் சமீபத்திய இரண்டு கவிதைத் தொகுதிகள்.

கிரணம் கவிதைகளில் இருளும் இருண்மைகளும் என்றால் இந்தக் கவிதைகளில் அதிக வெளிச்சமும் வெப்பமும் இணைந்திருக்கிறது, மொழியிலும் உருவகத்திலும் கூட.

பிரபஞ்சத்தைக் கட்டமைந்த எண்ணற்ற துகள்களோடு உடலின் உயிரணுக்கள் உறவுகொண்டுள்ளன என்பதால், நாம் எண்ணற்ற துகள்களின் சிதறலாக, சிதைவுகளாக மாறிவிடாமல் இருக்கவும், அதிகாரத்தின் வழியாகத் தொகுக்கப்பட்ட புலன்களால் கட்டப்பட்ட உடலுக்குள் ஒடுங்கிவிடாத பலவித உடல்களைப் பற்றி அறியவும் உணரவும் அவர்களது கவிதைகளை நாம்

வாசிக்க வேண்டும். அவர்களது என்றால் இருமையாக இல்லாமல் ஒருமையாக நின்றுப் பன்மையாகப் பேசிய பிரேதா-பிரேதன், பிரேம்-ரமேஷ் என்ற பெயரில் எழுதிய நண்பர்கள் இருவரைக் குறிப்பிடுகிறேன்.

எண்ணற்ற உடல்களிலும், தமிழ்க் கவிதைகளின் பல வடிவங்களிலும், பல குரல்களிலும், பல நடைகளிலும், பல பாணிகளிலும், பல மொழியமைப்பிலும், பல இடப்பின்னணிகளிலும் எழுதிப் பார்க்கப்பட்ட கவிதைகள் அவர்களுடையது. 1986 காலகட்டத்தில் பிரேதா என்ற பெயரில் கிரணம் இதழ்களில் வெளிவந்த கவிதைகள் அப்படித்தான் தமிழ்க் கவிதை உலகின் கவித்துவச் சொல்லுதல் முறையிலும், பேசப்பட்ட பொருளிலும் பெரும் உடைச்சலை, பின்னத்தை, மாற்றத்தை உருவாக்கின.

கிரணம் கவிதைகள் என்று அப்போது குறிப்பிடப்பட்ட அக்கவிதைகள் தமிழ்ச் சமூகத்தில் அதுவரை பேசப்படாமல் மௌனத்தில் உறைந்து இறுகிய பகுதிகளை உடைத்து வெளியேற்றி, தமிழ்க் கவிதைகளில் ஒரு தளமாற்றத்தை உருவாக்கின. இது எந்த வகையிலும் மிகைப்படுத்தப்பட்ட கூற்று அல்ல.

“உருவாக்கம் அழகு, உருவாக்கம் இன்பம், பின்நவீனக் கவிதை பொருளழிவின் திளைப்பு, தான் அற்ற நிலையறிதலின் பெருங்களிப்பு, அதனையே எனது கிரணம் கவிதைகளில் (1986-89) பிரேதா என்ற பெயருடன் நிகழ்த்திக் காட்டினேன்.” என்று தன் கவிதை முன்னுரையில் குறிப்பிடும் பிரேம், அக்கவிதைகளில் எழுதிக்காட்டிய பொருண்மைகளைப் பட்டியலிடுகிறார். “தொன்மைக் கவிதையியல், தீமையின் அழகியல், பித்துநிலைப் பெருங்கொண்டாட்டம், பாலியலின் இருநிலைத் துன்பியல், தானழிதலின் மொழி நிகழ்வு எனப் பலவற்றைக் கவிதைகள் வழி தமிழுக்கு அறிமுகப்படுத்தியிருக்கிறேன்” என்கிறார்.

அப்போது பிரேம் தனித்து எழுதிய நெடுங்கவிதைகள் அனைத்தும் பிரேதா என்ற பெயரில் வெளிவந்தன. பிறகு எழுதிய கவிதைகள்தான் தொகுப்புகளாக இருவர் பெயரில் வெளிவந்தன.

இந்த வகையான கவிதைகள் தமிழில் முதன் முதலாக வெளிப்பட்டபோது பழமைவாதப் பார்வையில், பிராமண அழகியலில், கலை முதன்மைவாதச் சிந்தனையில், அரசியல் மறுப்புவாதத்தில் திளைத்த குறுங்கலைக் கொண்டாடிகளின் கலைப் புனித கட்டமைப்புகள் ஆட்டம் கண்டன. அரசியல் இலக்கியத்தை மறுப்பதற்கான இலக்கிய அரசியல் செய்தவர்கள் வழக்கம் போல உரையாடலற்ற மௌனம் காத்தனர், சிலர் மேம்போக்கான பாராட்டு தெரிவித்தனர் இரண்டு வகையிலும் தமிழின் பெரும் மௌனத்திற்குள் புதைத்தார்கள் கிரணம் பிரதிகளை.

அதற்குப் பிறகு வெளிவந்த கவிதைத் தொகுப்புகள் மட்டும் அதிகம் பேசிப்பட்டன. கடந்த சில ஆண்டுகளாகப் பிரேம் தனித்து அதிகமாக எழுதியவை கருத்தியல்கள், ஆய்வுகள், அரசியல் எழுத்துகள் கட்டுரைகளின் தொகுப்புகளாக தொடர்ந்து வெளிவந்தன. நேரடி அரசியலை முன்வைத்த எழுத்துகளை இயக்க இதழ்களில் எழுதிய எழுத்துகளை வாசித்த சிலர் பிரேமிற்கு படைப்பிலக்கியம் எழுத வராது என்ற ஒரு பேச்சைத் தம் குழுவுக்குள் பரப்பத் தொடங்கியிருந்தனர். அதற்கு முன் வெளிவந்த இருபது கவிதைகளும் இரண்டாயிரம் ஆண்டுகளும், கருப்பு வெள்ளைக் கவிதை, பேரழகிகளின் தேசம், சக்கரவாளக் கோட்டம், கொலை மற்றும் தற்கொலை, நாவற்கொம்பு போன்ற தொகுதிகளைப் படிக்காமல் வெறும் பெயரை மட்டும் வைத்து இலக்கியம் பேசும் நபர்களின் குரல் அது.

அந்தக் கருத்துப் பதிவை அடித்துத் தகர்க்கின்றன அவரது ‘நந்தன் நடந்த நான்காம் பாதை’ (2020) கதைத்தொகுதியும் அதனுடன் வெளிவந்த ‘சொல்லெரிந்த வனம்’ (2020) மற்றும் இப்போது வெளிவரும் ‘புறாத் தோட்டம்’ கவிதைத் தொகுதிகளும்.

மனிதமையவாத மனிதவியல் பிரபஞ்சத்தின் அடிப்படை அலகு மனித உடல்தான் என்றும், மனித உடலால் மட்டுமே இவை அளக்கப்படுகின்றன என்பதையும் அதனைக் கடந்து உள்ளவை பற்றிய மொழி அறியப்படாமலேயே இருக்கும் என்பதையும் வெளிப்படுத்திய அந்த எழுத்துக்கள் தமிழ்க் கோட்பாட்டு சிந்தனையிலும் ஒரு பாய்ச்சலைச் சாதித்தது. மனித உடலே மையமற்றது என்பதையும், அதன் ஒவ்வொரு அலகும் அதிகாரத்தின் நுண்வேதிமங்களால் கட்டப்பட்டுள்ளது என்பதையும் வெளிப்படுத்திய கவிதைகள் அவை.

சங்ககாலம், அறநெறிக்காலம், காப்பியகாலம், பக்தி காலம், தேசிய இயக்க காலம், திராவிட இயக்க காலம் என்ற மைய நீரோட்ட நேர்க்கோட்டுக் கால அலைவரிசையில் நிற்காமல், உடலின் விளிம்பு நிலைகளை, சமூகத்தின் ஓரங்களை, பின்னப்பட்டவைகளைப் பேசத்தொடங்கிய கவிதைகள் இவை. தமிழ் இலக்கிய வரலாற்றில் ஒரு உடைச்சலை உருவாக்கிய அந்த எழுத்துக்கள், தமிழில் அதிகம் விவாதிக்கப்படாமல் முடக்கப்பட்டது என்பது தமிழின் நுண்வாசிப்பு வெறுக்கும், புதுமை மறுக்கும் அரசியலுக்கு ஒரு சான்று என்றே சொல்லலாம்.

தமிழ் மரபு வரிசையை எடுத்தாலும் சங்க மரபு, அறநெறி மரபு, காப்பிய மரபு, சித்தர் மரபு, பக்தி மரபு, தேசிய மரபு, திராவிட மரபு என்ற மரபுகளில் புறந்தள்ளப்பட்ட, மறைக்கப்பட்ட விளிம்புநிலை மரபை ஒரு பேசுபொருளாக மாற்றியதில் கிரணம் மற்றும் அதனைத் தொடர்ந்து வந்த கவிதைத் தொகுப்புகளுக்கு முதன்மையான பங்கு உண்டு.

தமிழவன் முன்னெடுத்த அமைப்பியல் மரபில் தொடங்கிய போதிலும் பாலியல் அரசியல், உடலரசியல் சார்ந்த கோட்பாட்டுச் சிந்தனைகளையும் எழுத்துகளையும் முன்னுக்குக் கொண்டுவந்த எழுத்துகள் பிரேமுடையவை, அவற்றின் பங்களிப்பு முக்கியமானது. இதனை வலியுறுத்தக் காரணம், இம்மரபு இன்று ஒரு போக்காக மாறி பலவடிவங்களில் கிளைத்திருந்தாலும், அதன் பெருமதியை முழுதுமாக மறைத்து, தானியக்கம் (தனிச் சுயம்பு) கொள்ளும் போக்கே தமிழ் இலக்கிய உலகில் அதிகம் காணப்படுவது. குறிப்பாகத் தன்முனைப்பும் தற்குழுச்சார்பும் தற்பெருமையும் இலக்கியச் சாதி அரசியலும் நிறைந்ததாக மாறிவிட்ட தமிழ்ச் சூழலில் நிகழ்ந்த ஒரு வரலாற்றியக்கத்தைச் சுட்டிக் காட்ட வேண்டியது காலத்தின் தேவையாக உள்ளது.

1989-இல் 'எக்சிஸ்டென்சியலிசமும் பேன்சி பனியனும்' நாவலுக்கு பிரேம் எழுதிய முன்னுரை என்னளவில் மிகமுக்கியமான ஒன்று என்றால், 2019-ல் 'சொல்லெரிந்த வனம்' கவிதை நூலுக்கு எழுதியுள்ள முன்னுரை அவரது கவிதைகள், எழுத்தியக்கம் குறித்த ஒரு பிரகடனம் என்றே சொல்லலாம்.

தனது எழுத்தியக்கம் தொடங்கிய முறை, கவிதைகள் குறித்த அவரது அறிதல், புறநிலையாக உள்ள சமூகம் குறித்தப் புரிதல், தனது அரசியல் இயக்கம் எனப் பலத் தளங்களைப் பேசுகிறது அம்முன்னுரை. "ஏட்டை எடுத்து எதை எழுதினாலும் அது தொன்மக் கவிதையுடனும் வன்முறை அழகியலுடனும் பித்த அழகியலுடனும் தொடர்புருவம் கொள்வதை யார்தான் தடுக்க முடியும்." என்று கூறும் முன்னுரை வரிகளை அவரது கவிதைகள் குறித்த ஓர் எடுத்துரைப்பாகவே கொள்ளலாம்.

பொதுவான கவிதை குறித்த அவரது பார்வை முக்கியமானது. "கவிதையின் மையம் அழிந்ததை அறிந்த புலனில் இருந்து கவிதை நிகழ்த்தப்படுகிறது. கவிதையின்மையின் இயல்பை விளக்கும் மொழி வடிவம்தான் இன்றைய கவிதை. அது இயல்பிலேயே எதிர்க்கவிதை. யாப்பு, பாவினம், சந்தம், ஒலியழகு என எதனையும் அது பயன்படுத்தலாம். அல்லது எதுவும் இல்லாமல் புதிய சில கவிதை வடிவங்களை உருவாக்கலாம். அது இணைநிலைப் பிரதியாகவோ எதிர்நிலைப் பிரதியாகவோ மாறலாம்." இந்த வரையறையை, இதன் வகைமைகளை முழுமையாக இந்த இரு கவிதை நூல்களிலும் முயற்சித்துப் பார்க்கிறார் பிரேம்.

கவிதை நூலின் அரசியலைக் குறித்துப் பேசும் முன்னுரை, "மாற்றங்களை அழித்து மனிதர்களின் மூளைகளை ஆயுதக் கிடங்காக்கிய இன்றைய மானுட அரசியலுக்குள் உயிருடன் இருப்பதே பெரும் கலகம், தினம் சில கொலைகளைச் செய்யாமல் இருப்பதே பெரும் புரட்சி, மனித மாமிசம் புசிக்காமல் இருப்பதே பேரன்பு எனக் கேட்கும் குரலை முற்றிலுமாக ஒதுக்கிவிட முடிவதில்லை." எனச் சொல்கிறது.

அந்தக் குரலின் பதிவுகள்தான் இக்கவிதைகளில் ஒலிக்கும் பலகுரல்கள். மானுட விடுதலைக்கு முன்பாக, மானுட இருப்பே கேள்விக்குறியாகி, மனிதர்கள் மதத்தின் பெயரால் மனித மாமிசம் உண்ணும் 'விலங்கு நிலைக்கு' மாறிவிட்ட சமூகத்தில், ஒரு புதிய மொழியை உருவாக்க வேண்டிய தேவையை முன்மொழிவதாக இவரது கவிதைள் உள்ளன.

"இஸ்லாமிய குடியிருப்பு ஒன்றை நோக்கி தீப்பந்தங்களுடனும் கொடுவாளுடனும் ஓடிய கூட்டத்தில் பத்து வயதும் முடியாத இரண்டு மூன்று சிறுவர்களைப் பார்த்துப் பதுங்கித் தப்பித்து

உயிர் பிழைத்திருக்கிறேன் ஒரு முறை, இருந்தும் இப்பொழுது எழுதிக் கொண்டிருக்கிறேன்.” எனத் தன் அனுபவமாகச் சொல்லும் இந்த வரிகளின் பின்னுள்ள பரிதவிப்பும் தப்பிப் பிழைப்பது அரிதானதாக மாறிய வாழ்நிலைகளின் அலைக்கழிப்பும் இதிலுள்ள கவிதைகளாக மாறியுள்ளன. சிறார்களிடமும் பதிந்துவிட்ட இந்துத்துவ பாசிச உளவியல் என்ற சமூக நோய்க்கூறைப் பதிகிறது இந்த வரி. ‘இருந்தும்’ என்று சொல்லும் எச்ச உம்மை வாழ்தலின் வலியை, அவலத்தை முகத்தில் அறைந்து சொல்கிறது.

இது போன்ற தமிழ் மொழியின் நுட்பமும் வலிமையும் இவ்விருத் தொகுப்புகளின் கவிதைகளில் நிரம்பியுள்ளன. தொல்காப்பியம் கூறும் உம்மை எச்சம் இப்படியானதொரு சொல்லவியலா மௌனத்தை அசைத்து வாசிப்பிற்குள் இறக்கும் ‘எஞ்சுப் பொருட் கிளவியாக’ நிற்கிறது.

கவிதை, புனைவு, கட்டுரை எனத் தொடர் படைப்பியக்கத்தில் இருந்த பிரேம் கவிதையையும் புனைவையும் நிறுத்தி வைக்கத் தொடங்கிய 2007-க்கு பின் 2019-இல்தான் தனது ‘சொல்லெரிந்த வனம்’ என்ற ‘சொல்லெரிந்த, சொல்லெரித்த, சொல்லுறைந்த, சொல்பெருகும் வனம்’ என்ற நான்கு பகுதிகளைக் கொண்ட கவிதை நூலுடன் தனது புதிய கவிதைப் படைப்பியக்கத்தை மறுபடியும் தொடங்குகிறார்.

சொற்களால் ஆன பிரபஞ்சத்தில் சொற்கள் மட்டுமே அதீதமான போதை தரக்கூடியவை என்பதுடன், இறைமை கதையாடல்களிலும்கூட ஆதியிலே இருந்தது சொற்களே. மதங்களும், சமயங்களும், புதிய நம்பிக்கைகளும் தாங்கள் கண்டறிந்த, உருவாக்கிய சொற்களின் களிப்பில் திளைத்து, பிரபஞ்சத்தில் சொற்களை எறிந்து, சொற்களை உறையச் செய்து, சொற்களைப் பெருக்கி இந்த உலகை இறைமைய உலகாகப் படைத்தளித்தன. உலக மதங்கள், சமயங்கள் அனைத்தும் சொற்களைப் பெருக்கியதன் வழியாகவே தங்களது இறைமையை நிலைநிறுத்துகின்றன.

பின்னர் வந்த தொழிற்புரட்சியும் அரசியல் புரட்சிகளும் நவீன உலகம் மனிதவியல் பிரபஞ்சத்தைப் படைக்க, கடவுளைப் புதைத்து அதன் மேல் மனிதரை நிரப்பி, சொற்களை மனிதம் சார்ந்ததாக மாற்றி மனிதமைய உலகை உற்பத்தி செய்தது.

தகவல் தொழில்நுட்பப் புரட்சிக்குப்பின் மனித மையம் சிதைவுற்ற, சொற்களைப் பெருக்கவும் குறுக்கவும் கட்டுப்படுத்தவும் கண்காணிக்கவும் ஆன தகவல் மைய உலகம் பரவலாக்கப்பட்டது. இதுதான் பின்நவீன நிலை எனக் குறிக்கப்படுகிறது. இதன் ஒரு கவிதையாக்கம் எதிர்க் கவிதையாக, இணைநிலைக் கவிதைப் பிரதியாக வடிவம் கொள்கிறது.

சொற்களே கவிதைகளின் மூலம். உரைநடை வடிவம் வாக்கியத்தை அடிப்படையாகக் கொண்டது. வாக்கியம் தர்க்கம் சார்ந்தது. சொற்கள் ஒலித்தல் என்கிற அதர்க்க வெளிப்பாடு அல்லது உடல்நிலை வெளிப்பாட்டைக் கொண்டவை. இத்தகைய வெளிப்பாட்டுத்தன்மை என்ற சொற்களின் மாந்திரிகம் அல்லது மந்திரத்தன்மையே கவிதைகளுக்கான அடிப்படை.

தொல்காப்பியம் "நிறைமொழி மாந்தர் ஆணையிற் கிளந்த மறைமொழி தானே மந்திரம் என்ப" *(தொல்: 1484)* என மந்திரம் குறித்துக் கூறுகிறது. தமிழ் மரபில் அறம் பாடுதல் என்ற செயலும்கூட நிறைமொழி மாந்தரின் சொற்கள் மந்திரத்தன்மைக் கொண்டது என்ற நம்பிக்கை பாற்பட்டதே. இஸ்லாமியத் திருமறை குரான் "ஆகுக" என்றால் ஆகிவிடும் என்கிறது. கிறித்துவத் திருமறை 'பைபிள்' வார்த்தை மாம்சமானது என்கிறது.

இந்தியச் சனாதன வேதாதங்கள் கூறும் 'அட்சரம்' எழுத்து அழிவற்றது என்ற பொருளைக் கொண்டது. சைவ சித்தாந்தம் நாதபிரம்மம் என்கிறது. நம்பிக்கைகள் அனைத்திலும் சொற்கள்தான் அடிப்படையாக சொல்லப்படுகிறது. அந்தச் சொற்களில் புழங்கும் கவிஞர்கள் தமது சொல்லற்ற மௌனத்தையும்கூட சொல்வழிக் காட்சியாக்கி கவிதை வடிவில் உணர்வை எழுப்பக்கூடியவர்கள்.

சொற்களின் மந்திரத்தன்மை சொற்களின் உலகைக் கட்டும் ஆற்றல் குறித்த ஒரு உருவகமாகக் கருதத்தக்கது. சொற்களுக்கு பொருள் அடர்வைக் கூட்டும் ஒரு மொழியியக்கச் செயல்பாடே கவிதை. பிரேம் கவிதைகளில் சொற்கள் மிகவும் நுட்பத்தன்மைக் கொண்டதாக ஆழம்படுகின்றன. அவரது கவிதை, புனைகதை என்ற படைப்பியக்கத்தில் சொற்களின் மீதான காதலும்,

ஈர்ப்பும் அதீதத் தன்மை கொண்டதாக, அதன் அடுக்காக அமைந்துள்ள வரலாற்றை அகழ்ந்து, அதன் தொன்மத் தன்மையை வெளிப்படுத்துவதான தேடல் கொண்டவை.

பின்நவீன மொழியில் சொன்னால், மொழிவிளையாட்டு என்பதை நிகழ்த்திப் பார்க்கும் தன்மைக் கொண்டவை. சொற்கள் பாடப்படும் சூழமைவின்-நிகழ்புலத்தின் ஆட்ட விதிகளால் அர்த்தப்படுத்தப்படுபவை. சிறார்களின் போர் விளையாட்டில் கையில் உள்ள ஒரு சிறு கோல் கத்தியாக கூர்முனைப் பளபளக்க வீசப்படுவதும் அது வெட்டி வீழ்த்துவதும் நிகழ்வது போல ஆட்டவிதிக்கு ஏற்ப சொற்களின் வெளிப்பாடு உருவமைகிறது.

'வலிமறத்தல்' (சொல்:81) என்ற கவிதை ராணுவத்தால் பிடிபட்டவனாகத் தன்னை ஆக்கிக் கொண்ட ஒருவனின் எடுத்துரைப்பாக அமைகிறது:

"அதுவரை நான் பார்த்திருந்த குருவிகள்
ஒவ்வொன்றாய் நினைவில் வர
ஒவ்வொன்றுக்கும் ஒரு பெயரிடத் தொடங்கினேன்
வலியற்ற எனது மரணத்தின் நாட்கள் தொடங்கின."

என ஒரு திரைப்படக் காட்சியாக முடிகிற அக்கவிதை தனக்குப் பின்புலமாகப் பெருங்கதை ஒன்றைக் கொண்டுள்ளது. அதனை ஒவ்வொரு வரியும் தொலைதூரக் காட்சி போலக் காட்டி நகர்கின்றன, இது ஒரு சான்று மட்டும்தான்.

ஒவ்வொரு கவிதையும் போல ஆதல் /பிறவாக ஆதல் (becoming) தன்மையுடையதாக உள்ளன. இக்கவிதைகளின் முக்கியப் பண்பு பிறராதல் (becoming other) என்பதுதான் என்பதைப் பல கவிதைகள் உணர்த்துகின்றன. மறுக்கப்பட்ட எண்ணற்ற பிறரைக் கவிதைகள் வழியாக வாசிக்கவும், பார்க்கவும் ஆன ஒரு சொற்காட்சிக் கூடமாக உள்ளன இவ்விரு கவிதை தொகுப்புகளும். "சூல் கொண்ட விலங்குகளின் மூச்சிளைப்பிற்குள் / நெளிந்தபடி கிடக்கின்றன ஈனப்படாத கன்றுகள்" (சொல்:25), இப்படியாக ஈனப்படாத பல கன்றுகளின் வலியுடன் பிறப்பெடுத்து தனது வலியை வாசிப்பில் கடத்துகின்றன இக்கவிதைகள்.

பெரும்பாலான கவிதைகள் இந்தியத் தலைநகர் தில்லி இந்துத்துவ பாசிசத்தின் தலைநகராக மாறிவிட்டதைப் பதிவு செய்கின்றன. அதற்குள் மக்கள் மௌனமாக துயருறுவதைக் குறியீடாகவும், உருவகமாகவும் சொல்கின்றன. அது இந்திய நிலத்தில் அனைத்துப் பகுதிகளையும் நினைவூட்டவும் செய்கின்றன. பாசிசத்திற்கு எதிரான உருவகங்களை, பாசிசத்தின் பலவேறு நுண்அலகுகளை, நுண்செயல்களைக் கவிதையாக்கியுள்ளது இத்தொகுதி. பாசிசத்தின் கொலை நிகழ்த்தலுக்கு எதிரான, கொலை மறுத்தலை வெளிப்படுத்தும் கவிதைகள் இவை.

*"பின்வந்து மோதிக் கவியும் அலையுள்*
*முன்னலையை மறைத்துக் கொண்டு*
*ஓயாமல் தொடரும் நீரின் மறதியுடன்*

*திசைக்கொன்றாய் இழுக்கும்*
*பகைப் புற்றின் எறும்புகளுக்கிடையில்*
*அலைபடும் புழுவின் குற்றுயிர் நெளிவுடன்"*

எனத் தொடரும் கவிதையில் "நீரின் மறதியுடன்" (சொல்: 24) என்ற சொல் ஒரு படிமமாக வெளிப்படும்போது, நிகழ்கால அரசியலில் நினைவு/மறதி என்பதன் புரிதலில் ஆளப்படுவதாக வெளிப்படுகிறது. மதங்களின், அரசியலின் நினைவும் மறதியும் உருவாக்கிய ஒரு எடுத்துரைப்பு விளையாட்டே வரலாறு என்பதை, நினைத்தலின் வலியும், மறத்தலின் இதமுமாக பிரேமின் மொத்த கவிதைகளின் உள்சட்டகமும் உள்ளது. லக்கானின் புகழ்பெற்ற கூற்றான 'நனவிலி என்பது மற்றமையின் சொல்லாடலே' (*'the unconscious is the discourse of the Other'*) என்பதை நிகழ்வுகளாக்கிப் பல மற்றமைகளின் சொல்லாடலாக எழுதப்பட்டுள்ளன இக்கவிதைகள்.

கவிதையின் உருவாக்கமும் கவிதையாகும் ஒருவகை மீமெய்யியல் (*meta-poetry*) வடிவில் சில கவிதைகள் எழுதப்பட்டுள்ளன. கவிதைகளில் வாசிப்பாளரின் பங்கேற்பைக் கோரும் கவிதைகள், மொழிபெயர்ப்பு என்ற தோற்றத்தில் எழுதப்பட்ட கவிதைகள், இயற்கையின் அதீத வர்ணனையைக் கொண்ட கவிதைகள், பேரழகைக் கொண்டாடும் கவிதைகள், காதல், ஊர்வலம், போர்வெறி, சூலம் ஏந்திய புதியவகை

உயிரிகள், அஞ்சிநடுங்கும் பெண்கள், சிறார்கள், 22 குண்டுகளால் துளைக்கப்பட்ட முகம் என்னும் கணிப்பொறி விளையாட்டு எனப் பல கவிதைகள் வெவ்வேறு உருவாக்க வடிவில், மரபுகளில், தமிழில் புழங்கும் கவிதைக்காரர்களின் எழுத்துருக்களில் எனத் தொகுப்பில் உள்ள கவிதைகள் ஒவ்வொன்றும் பெரும் பயிற்சிக்கான களமாக அமைந்துள்ளன.

'இணைநிலைப்பிரதி எனக் கொள்வார் கொள்க' என்ற குறிப்புடன் எழுதப்பட்டுள்ள 'நகுலன் அளித்த பரிசு' கவிதை,

*"நினைவுப்பாதை பற்றிய பேச்சின் நடுவில்*
*முகத்தில் புன்னகை தோன்றியது*
*குட்டியை அவரிடம் தந்தபோது தயங்கியவர்*
*பயணத்தின் முடிவில் ஒருவன்*
*அளிக்கும் பரிசு என்றேன்*
*வாங்கி மடியில் வைத்துக் கொண்டார்"*

என நாய்க்குட்டியைக் குறியீடாக்கி நகுலனிடம் தருவதும், மீண்டும் உணர்வு மாறிய பின் பெறுவதுமான நிகழ்வைச் சொல்கிறது.

கவிதைகளில் திடீரென ஒலிக்கும் சங்ககாலக் குரல், நகரத்தின் இரைச்சல், புறாக்களின் கேவல் எனப் பல ஓசைகள் கேட்டுக்கொண்டிருக்கும் கவிதைகள். "பொன்னணி வரகும் பூவணில் வால் தினையும் உன்னையழைத்த இப்பருவத்தில்தான் தொடங்கியது" என்ற வரிகளைக் கொண்ட 'தோழியர் கூற்று' (சொல்: 132-36) சங்க அகப்பாடலைப் போலச்செய்து மொழிவிளையாட்டை நிகழ்த்தும் ஒரு பின்நவீன உத்தியாக விரிகிறது. பசலை, அகவன் மகள், புலிக்கொன்றை, அணங்கு தீண்டல், வேலன் வெறியாட்டம் எனச் சங்ககாலப் பின்னணியில் எழுதப்பட்ட ஒரு பிரிவுத்துயர் கவிதை.

அணிலாடு முன்றில் என்கிற சங்க காலச் சொல் 'அணிலாடு கனவு' என்ற நம்காலச் சொல்லாக ஒரு கவிதையில் படர்கிறது. சங்ககாலத் தலைவியின் தற்காலச் சித்தரிப்பு தன்பால் புணர்வின் வேட்கையாக, மற்றொரு முறை தன் அம்மா காதல் வசப்படுவதை சிணுங்கியபடி கடிதம் கூற, அணிலோடு நிகழும் அந்த வேட்கைகளின் பாய்மம், கிம் கி டுக் படம் பார்த்தல்

என ஒரு சங்ககாலத் தலைவி தற்கால அணிலாடும் கண்ணாடி சன்னல்களில் அடைபட்டுக் கிடக்கிறாள்.

*"ஓட்கா வாசனையுடன்*
*அவள் தந்த முத்தங்களை*
*முகம் திருப்பி மறுத்துவிட்டு*
*கவிழ்ந்து படுத்துக் கொண்டாள்*
*அறைமுழுக்க அணில்கள்*
*அவிழ்ந்த உடையெல்லாம் அணில் வால் கொத்துக்கள்.*
*உடலெங்கும் பூந்தூவிப் புயல் வீச்சு.*
*போகும் போது அவள் தந்துவிட்டுச் சென்ற*
*அணில் குட்டியை உள்ளங்கையில்*
*பொத்தி வைத்து உறங்க வைத்தாள்." (சொல்:139)*

இப்படியான கவிதைகளில் விரித்துப் பொருள்கூற ஏராளம் உள்ளது, ஆனால் கவிதையின் அந்த மறைமொழித் தந்திரம் கெட்டுவிடக்கூடும். தொல்காப்பியர் சொன்ன 'மறைமொழி தானே மந்திரம் என்ப' என்பதற்கு மாற்றாக 'மறைமொழி தானே தந்திரம்' என்று, மறைமொழிகளைத் தந்திரமாக உள்மறைத்து மெல்ல ஒலியெழுப்ப வைக்கின்றன இவ்வகைக் கவிதைகள்.

தில்லி நகரின் தன்அனுபவக் கதையாடலாக வெளிப்படும் கவிதைகளில் பெருநகர பாசிசத்தின் கொலைவெறி மூர்க்கம் ஏற்படுத்தும் நடுக்கம் கவிதைகளில் தீவிரமாக வெளிப்படுத்தப்பட்டுள்ளது. 'யமுனையில் மிதங்கும் சடலம்', தசைகள் உருகும் நிணவாசத்தை அப்படியே காற்றில் வீசிச்செல்கிற கவிதை. தில்லியின் காற்றுமாசைப் பேசும் கவிதை, சாலையோர வாழ்வாசிகளின் துயரப்பாடலாக ஒலிக்கிறது. 'சொல்லெறிந்த வனம்' என்ற கவிதைக் காட்டில் பறந்து கொண்டிருந்த புறாக்கள் ஒரு குறியீட்டு நிலையைப் பெற்று 'புறாத் தோட்டம்' கவிதையில் அலைவுறுகின்றன.

'புறாத் தோட்டம்' கவிதைகளில் மகாபாரதக் காப்பியம், யேசு காவியம், இந்துத்துவமயமான புது தில்லி என்கிற தலைநகர் வாழ்வு எனப் பாலையாகிப்போன வாழ்வின் அரசியலின் பல வடிவங்கள் பேசப்படுகிறது. கவிதைகளின்

“முத்தமும் புரட்சியும்” இணைவதின் வேட்கைப் பெருவெளி கவிதையாக்கமாக, கவித்துவ உள்சட்டகமாக இருக்கிறது.

“நான் உங்களுக்குச் சமாதானத்தைத் தர வரவில்லை
போரைக் கற்றுத்தர வந்திருக்கிறேன்.
உங்கள் அன்புக்குரியவர்கள்
கொலை செய்யப்படும் போது
ஒதுங்கி நின்று அழுதுகொண்டிருக்காதீர்கள்.”

என்ற வரிகளைக் கொண்ட “தோழன் பிறத்தல்” கவிதை பாலன் ஏசுவின் பிறப்பு குறித்த தொன்மக் கட்டுடைப்பைச் செய்கிறது என்றால், “படகோட்டும் பெண்களின் பாஞ்சாலிப் பாடல்கள்” மகாபாரதப் பெருமரபை மீனவ இனக்குழுத் துவங்கி பல்வேறு இந்திய இனக்குழுக்களின் சிறுமரபுப் பாடலாக மாற்றுகிறது.

“இது படகோட்டும் பெண்களின் பெருங்கதைப் பாடல்.
வியாசன் யாரும் இதனை வெளியில் சொல்வதில்லை.”

எனக்கூறும் இக்கவிதை மகாபாரதக் கதையின் துவக்கப் புள்ளியில் மீனவப்பெண், மீனவக்குலம் உருமாறி உள்வயப்படுத்தலில் துவங்கி “கர்ணா அளித்தே பழகியவன் நீ இனி பெற்றே களிப்பாய்.” என கர்ணன் துரோபதி உறவு குறித்த வேட்கைப் பெருவெளி விரிவாக முடிகிறது.

ஒருவகையான எதிர்க்காப்பியத் தன்மையுடன் காப்பியங்கள் பெருமரபாக மாறுவதன் வழியாக, சிறுமரபுகள் விளிம்பிற்கு தள்ளப்படுகின்றன என்பதை நிகழ்த்தும் கவிதைகள் இவை. இவை சில சான்று மட்டும், இப்படி இந்தியப் பெருமரபை மையம் சிதைப்பதும், அதன் உள்ளொடுங்கிய சிறுமரபுகளைக் கிளைத்துக் காட்டுவதுமாக உள்ளன இத்தொகுப்பின் சில கவிதைகள்.

தர்க்கரீதியாகப் பார்த்தால் சிறுமரபுகளே உண்மையில் புழக்கத்தில் உள்ளன, பெருமரபுகள் அந்தந்தக் கால அதிகார வெளியால் கட்டப்படுவதே. இன்று நாம் படிக்கும் பெருமரபுகளான காப்பியங்கள், இதிகாசங்கள் எல்லாம் சிறுமரபாக தோன்றியவையே. சமூகப் பரவலாக்கத்தின் வழியாக அதிகாரத்தைப் பெற்றவுடன் அவை பெருமரபாக முன்வைக்கப்படுகின்றன. அதனால்தான் தெல்யுஸ்-கத்தாரி

சிறுவாரி இலக்கியத்தையும் (minor literature), சிறுவாரி மரபையும் (minor tradition) புரட்சிகரமானது என்கிறார்கள்.

'காதல் கற்கும் பெருநகரம்' என்ற கவிதை தில்லி வாழ்க்கை பாசிசமாதலின் விளைவுகளைப் பதிவுசெய்கிறது. அத்துடன்

> "தில்லி அச்சுறுத்துகிறதா அணைத்துக் கொள்கிறதா
> அது அவரவர் நிறத்தைப் பொருத்தது."

என அதன் இன்னொரு பகுதியையும் சொல்கிறது. அது புறாக்களின் நகரம் என்று அடிக்குறிப்பு குறிப்பிடுகிறது. புறா சமாதானத்திற்கான, அமைதிக்கான குறியீடு என்பதைவிட தகவல் பரிமாற்றத்திற்கான குறியீடாக, வெவ்வேறு நிலத்தை, வெவ்வேறு பண்பாட்டை ஒன்று கலத்தலின் குறியீடாக, அடையாளம் கடந்து அலையும் வாழ்வின் உருவகங்களாக மாற்றுகின்றன இத்தொகுதியில் உள்ள பல கவிதைகள்.

இக்கவிதைகளில் ஒலிக்கும் பெருநகரின் குரல் முக்கியமானது. புறாத் தோட்டம் என்ற தொகுப்பின் கடைசிக் கவிதையில்கூட புறா இயற்கையின், தொன்மையின் ஒரு குறியீடாக வருகிறது. புறாக்கள் செத்துவிழும் ஒரு பெருநகரை, விழித்தபடி, வெறுத்தபடி பார்த்துநிற்பதே இன்றைக்கான நானாக மாறியுள்ளது.

> "அமைதிதான் எத்தனை பயங்கரமானது.
> சொல்லுவதற்கு முன்னும்
> சொல்லி முடித்த பின்னும்
> மீறும் இந்த அமைதியைப் போல"

என்று முடியும் "அமைதியாக இருக்கிறது உலகம் எப்போதும் போல" என்ற கவிதை உருவாக்கும் அமைதிக்கான போர் பயங்கரம் நிரம்பிய 'பேரமைதி'யைத் தரக்கூடியதாக உள்ளது.

'நெடுநல் வேட்கை' என ஒரு கவிதை காலமும், இடமும் ஒரு முத்தத்திற்கு பின் மாறிவிடுவதை நுட்பமாக எடுத்துச் சொல்கிறது. மகாகவி பற்றிய கவிதை ஒன்று

> "எழுதிப் பாருங்கள் நான் சொல்வது புரியும்
> எழுதுகிறவன் கவிஞன்

எழுதும் கவிதைகளை
அவ்வப்போது எரித்துவிடும் தெம்புள்ளவன் மகாகவிஞன்."

என்று முடிகிறது. இது போன்ற பகடிகள் நிறைந்த பல வரிகள் இத்தொகுப்பில் உள்ளன.

சுயஎள்ளல் அல்லது சுயபகடி என்பது பின்நவீன நிலையின் ஒருவகை உணர்வாக்கம் (affect), அந்த உணர்வாக்க நிலையை உருவாக்கக்கூடிய கவிதைகளைக் கொண்டுள்ளது இத்தொகுதி. நிறைய கவிதைகளின் வரிகளை எடுத்துக்காட்டி, அவற்றின் கவித்துவத்தை விவரித்து எழுதலாம், அந்த அளவு நுட்பமான மொழியமைப்பில் உள்ளன இக்கவிதைகள்.

கதைகளாக எழுதப்பட்ட சில கவிதைகள் இத்தொகுப்பில் முக்கியமானவை.

"புக்கோவ்ஸ்கி தினம் குடிப்பானாம்
சில நாட்களில் கவிதையும் எழுதுவானாம்
குடிப்பதை அவனிடமிருந்து கற்றுக் கொண்டவர்கள்
கவிதை எழுதுவதைக் கற்றுக் கொள்ளவில்லை
எனப் பிரேதா சொன்னாள்."

எனப் பிரேதா-பிரேம் உரையாடலாக சில கவிதைகள். கவிதைக் கதைகளாக உணர்வுகளை புறத்தே நின்று பார்த்து, அகத்தை ஒரு புறப்பொருளாக அல்லது பேசுபொருளாகக் கொண்ட சொற்களால் நிகழ்த்த முனைகிற கவிதைகள் சில.

'உறவுகள் புதையும் மண்' புறாக்களின் கதையைப் பேசுகிறது. இதில் வருவது ஒரு கற்பனை உருவக் குரல் என்றால்,

"கங்கையை முடிவைத்து கலை நிலவைத் துணைவைத்து
அம்கையில் அழல் வைத்து"

என்ற வரிகளைக் கொண்ட 'புறம் எரியப் புலம்பல்' பதிக வடிவில் எழுதப்பட்ட பக்திக்கால மரபுக்குரல்.

"கவிதையின் சிக்கல் மட்டுமல்ல
காதலின் சிக்கலும் தெரியவில்லை அவனுக்கு.
இது இந்தியில் எழுதப்பட்ட ஆண்கவிதை."

என முடியும் கவிதை ‘போக்கெல்லாம் பாலை’, இது நவீனக்குரல் ஊடிழைப் பிரதியாக (intertextual) வெளிப்படும் கவிதை. ‘அணிலாடல் அகப்பாடல்’’ சங்க காலக் குரலில் தோழியின் கூற்றாக எழுதப்பட்ட கவிதை. சொல்லெரிந்த வனத்தில் எழுதப்பட்ட அணிலாடு கனவின் தொடர்ச்சியாக இதனை வாசிக்கலாம், ஆனால்

> *“அத்தனை மென்மை உணர்ந்தில்லை*
>
> *ஆணில் ஆணா பெண்ணா தெரியவில்லை.”*

எனச் சொல்லும் வரிகள் கொண்ட இக்கவிதை வேறு ஒரு அகப்பாடலின் நாடகம்.

‘கொலைவெறுத்தல்’ கவிதையில், பாசிசத்தின் “கொலைகளை நிறுத்தும் கொலைத்தொழில் பழகு” என்று சொல்லும் கவிதை, குடியுரிமைத் திருத்தச் சட்டத்தின் கலவரத்தை விவரிக்கிறது. ‘புறாத் தோட்டம்’ ஒரு இந்தியப் பெருநகரின் குறியீடாகி, இன்று புறாக்கள் நாய்களால் கொல்லப்பட்டு, அத்தோட்டம் அழிவதைப் பதியும் கவிதைகளைக் கொண்டுள்ளது. இக்கவிதைகள் மரண விழைவாக மாறிப்போன வாழ்வு, இருத்தலின் வலி, கலவரங்களின் ரணம் எனத் தற்காலப் பாசிசத்தின் குரூர, கொடூர சூழலைக் காட்சியாக்குகின்றன. செந்தமிழுக்கு மாற்றாக கருந்தமிழ் குறித்து ஒரு கவிதை விவரிக்கிறது. நிறங்களின் அரசியலைப் பேசும் அக்கவிதை, கருப்பையும், நீலத்தையும் விடுதலை நிறங்களாகக் காட்டிச் செல்கிறது.

இவ்விருத் தொகுப்புகளிலும், நாமிழந்த இயற்கை வாழ்வு குறித்த ஏக்கம், உணர்வாக, பகடியாக, சுய எள்ளலாக பல வடிவங்களில் வந்துபோகிறது. மேலே சுட்டிக் காட்டியபடி கவிதைகளின் பேசுபொருள் எல்லாம் மற்றமைகளின் குரலாகவே ஒலிக்கின்றன. குறிப்பாக சங்ககால, பக்திகால, தற்காலக் கவிதை நடைகளைப் போலச் செய்யும் உத்தி, மாறுவடிவ மொழி இக்கவிதைகளின் வாசிப்பில் மிகவும் புதியதொரு மலர்ச்சியைத் தருகிறது.

பல கவிதைகளில் உள்மறைந்து வரும் கதைகள் பேரதிர்ச்சியைத் தருவதாக உள்ளன. கவிதைகளின் அடிக்குறிப்புகள் இத்தொகுப்பில் உள்ள கவிதைகளின் உணர்வியக்கத்தை

முற்றிலும் கேள்விக்கு உட்படுத்தி, சில சமயங்களில் உணர்நிலையை மாற்றி மீண்டும் வேறு பொருளில் வாசிக்க வைக்கும் ஒருவகை மீமெய் கவிதைத் தன்மையை தருவதாக உள்ளன. தமிழில் முழுக்க முழுக்க பின்நவீன உணர்வுநிலைகள் இயங்கும் கவிதைகளாக இவ்விரு தொகுப்புகளையும் என்னால் வாசிக்க முடிகிறது. 1986-90 காலகட்டத்தில் நான் சந்தித்த பிரேமின் கவித்துவ உத்வேகத்தை காணும் மகிழ்ச்சியுடன் இந்த இரு தொகுப்புகளையும் வாசிக்கிறேன்.

## கவிதைகள்

- அமைதியாக இருக்கிறது உலகம் எப்போதும் போல
- நெடுநல் வேட்கை
- ராவண லீலை
- மழை மசானம்
- மகாகவி மார்க்கம்
- இருளில் நடந்தது
- பிரவேரும் புதிய தமிழ்க் கவிதைகளும்
- காதல் கற்கும் பெருநகரம்
- உறவுகள் புதையும் மண்
- புறம் எரியப் புலம்பல்
- போக்கெலாம் பாலை
- கொலை வெறுத்தல்
- படகோட்டும் பெண்களின் பாஞ்சாலிப் பாடல்
- மழைக் காலமும் ஆட்டுக் குட்டியும்
- தோழன் பிறத்தல்
- நெடும்புனல் சுழிப்பு
- குறித்த நாளில் எழுதி முடித்தல்
- தொலையாத பண்
- அன்றன்று அறிவிக்கப்படும் கொலைகள்
- சுருள்வழிப் பாதை
- ஆயிரத்தோரு வரிகள்

- வரியெழுதி உடல் கலைந்து
- காக்கைப் பாணன்
- ஒத்திகையற்ற நாடகம்
- தமிழ் செய்த மாயம்
- காத்திருப்பின் காலம்
- அணிலாடல் அகப்பாடல்
- ஓங்கி வளருதே தீ தீ
- பெயர்ப்பாதி
- சொல்லில் தெளிவதில்லை
- காத்திருந்த கருந்தமிழ்
- கரந்துறையும் காலம்
- போதிச்சத்துவனின் இரு சொட்டுக் கண்ணீர்
- புறாக்களால் மட்டும் ஆனதில்லை இவ்வுலகம்
- ஐந்து புள்ளி இருபது நொடிகள்
- பிழைபடாத காட்சி
- புத்த கற்பிதம்
- மூலிகை மரம்
- மாதவி அறம் உரைத்த காதை
- புறாத் தோட்டம்

## அமைதியாக இருக்கிறது உலகம் எப்போதும் போல

அமைதியான உறக்கம்
மிக மிக அமைதியான ஒன்று
மலைகள் காடுகள் பள்ளத்தாக்குகள்
பாலைவனங்கள் புல்வெளிகள் எங்கும்
அந்த அமைதி படிந்து கிடக்கிறது
காற்று உறைந்து போயுள்ளது
மழையும் ஓசையற்றுப் பெய்து
அந்த அமைதியை ஈரமாக்குகிறது
நகரங்கள் வெளிச்சம் உறைந்த பகுதிகளிலும்
வெளிச்சங்கள் நுழையாத இருட்டிலும்
அந்த அமைதியைத் தேக்கிக்கொள்கின்றன

அலைகள் அருவிகள் ஓடைகள்
எரிமலைகளின் ஓசைகள்
அமைதியின் பாரத்தில் முனகித் தோய்கின்றன

பூமி தனக்கும் புறத்தே
ஏதோ ஒரு வெளியில்
தன் போக்கில் மாறிக்கொண்டிருக்கிறது
சுழலின் தவறாத கால வளையத்தில்
ஒளியையும் இருளையும் உருவழித்துத் தொடர்கிறது

இந்த நொடியில் எதோ ஒரு
பெருங்கடலின் ஆழத்திலிருந்து
புயல் ஒன்று உருவாகி எங்கோ நகர்கிறது
விண்கற்களில் சில வெடித்துச் சிதறும் போதும்
அதுவே நிகழ்கிறது
எதுவாக இருந்தாலும்
எல்லாம் ஒரு பேரமைதியின் வடிவில்
தலைக்குள் உறைகிறது.

●

வான்வழித்தாக்குதலுக்கான வரைபடத்தை
பெருந்திரையில் கண்காணிக்கும்
போர்க்கலை நிபுணர்கள் சொல்கிறார்கள்
இன்னும் சிறிது நேரம் செல்லட்டும்
அந்த நகரம் அமைதியாக உறங்கும் போது
தாக்குதலைத் தொடங்கலாம்
எண்கள் திரையில் பின்நோக்கி நகர்கின்றன.

அவர்கள் கணக்குப்படி
அந்நகரில் ஏழு லட்சம் குழந்தைகள்
இருக்கிறார்கள்
பகல் நேரத்தாக்குதல் அவர்களைப் பயமுறுத்தக்கூடும்.

அவர்கள் இரவு உணவை முடித்து
கொஞ்சம் கார்டூன் பார்க்கட்டும்
கடைசியாக ஒரு முறை.

தாய்மார்கள் அவர்களைப்
பாத்ரூம் போய்விட்டு வந்து
படுக்கச் சொல்லி ஒன்றரை மணி நேரம் கடக்கட்டும்
போருக்கான விதிமுறைகள் புராதனமானவை
எத்தனை நூற்றாண்டுப் பழமை அது

பெருமையுடன் சிலர் பேசிக் கொள்கின்றனர்
தலைமையகத்திலிருந்து
வாழ்த்துச் செய்தி வரும் என்று
சிலர் சொல்கிறார்கள்.

அடுத்த சில நிமிடங்கள் அமைதியாகக்
காத்திருக்கலாம்
சிலர் தங்கள் குழந்தைகளுடன்
தொலைபேசியில் அன்பான சொற்களை
பரிமாறிக் கொள்கின்றனர்
அம்மா தரும் உணவைச் சுவைத்துச் சாப்பிடு
பின் அமைதியாக உறங்கச் செல்
அப்பா அடுத்த மாதம் உன் பிறந்த நாளில்
உன்னுடன் இருப்பேன்
அதற்குள் போரெல்லாம் முடிந்து
அமைதி திரும்பிவிடும்
சிணுங்கும் குழந்தைக்கு ஆறுதல் சொல்கின்றனர்.
●

அமைதியைத் தேடி அத்தனை உயிர்களும்
உறக்கத்தில் தஞ்சமடைகின்றன
அதே நொடியில்தான் எங்கோ ஒரு இடத்தில்
அமைதிக்கான தாக்குதல் நடந்து கொண்டிருக்கிறது
அமைதியாகவே அதனைக் கடந்து போகிறது
இரவும் பகலும்

அமைதிதான் எத்தனை பயங்கரமானது.
சொல்லுவதற்கு முன்னும்
சொல்லி முடித்த பின்னும்
மீறும் இந்த அமைதியைப் போல.

## நெடுநல் வேட்கை

முத்தமிட்டுப் பிரியும் உதடுகளின் இடையிலும்
முத்தமிடப் பிரியும் உதடுகளுக்கிடையிலும்
தோன்றி மறையும்
எச்சில் இழைகளில் சிக்கித் தவிக்கும்
காலத்தையும் இடத்தையும்
ஒரே அலகால் குறிப்பதற்கான
காரணம் வேறொன்றுமில்லை
முத்தத்திற்கு முன்னான காலம்
இடத்தின் வடிவிலும்
முத்தத்திற்குப் பிறகான இடம்
காலத்தின் வடிவிலும்
இருப்பதாக ஒரு புராதன நம்பிக்கை

முத்தத்தின் போது அவை எப்படித்
தம் வடிவை மாற்றிக் கொள்கின்றன என்பதைக்
கண்டறிந்து விளக்க விதவிதமான
கடிகாரங்களைச் செய்து கொண்டிருக்கிறார்கள்
விஞ்ஞானிகள் காலம் காலமாக.

# ராவண லீலை

(ஆவணப்படம் ஒன்றில் கேட்டு எழுதிய வரிகள்)


எத்தனை ஆசைப்பட்டு அந்த
மீசையை வளர்த்தான் என் பிள்ளை
கடைத்தெருவில் நடுரோட்டில் உட்கார வைத்து
தகப்பன் என்னைச் சிரைக்கச் சொன்னார்கள் மாலிக்குகள்.

மீசை போனால் என்ன
படுபாவிகள் தந்த பழைய பிளேடு
என் பிள்ளையின் உதட்டை வெட்டிப் போட்டது
என் கை நடுக்கத்தால்.
அந்தக் கூட்டத்தில் மீசை முளைக்காத சில
பசங்களும் இருந்தார்கள்
அவர்களில் ஒருவன் சொன்னான்
மீசை மழித்த உன் மகன்
பெண் போல் அழகாக இருக்கிறான்
அத்தனை பேரும் சிரித்தார்கள்.
அழகென்பதற்கு அர்த்தம் எனக்குத் தெரியும்.

தொடாதே என்று என்னையும்
தூர நிறுத்திய ஊர்தான் அது.
யாரும் அறியாத இடங்களில்
அவர்களுக்குப் பருகத் தந்து இளைத்த உடல்தான் எனதும். .

சின்ன வயசில் என்னையும் அவர்கள்
மீசை வளர்க்க விட்டதில்லை
இன்று என் மகன்.

பிள்ளையிடம் சொல்லக்கூடாதது அது
ஆனால் சொன்னேன் அதனை
சாதி பார்க்காதே சமயம் பார்க்காதே
மீசையும் வளர்க்காதே
தெருவழி நடக்காதே ஆனால் அவர்கள்
தோட்டத்துப் பக்கம் வரச் சொல்வார்கள்
பல்பட்டால் உனக்குக் காயமாகும் பார்த்து நடந்து கொள்.

வடிந்த ரத்தத்தைத் துடைத்துக் கொண்ட
மகன் முணகினான்
மாலிக் மகளிடம் அவள் அம்மா சொன்னாராம்
சாதிகூட பரவாயில்லை
அவன் உனக்குத் தம்பி முறை
வெளியில் எதையும் சொல்லித் தொலைக்காதே
நான் செத்தே போவேன்.

கூட்டத்தின் காலில் விழுந்து எழுந்து
என் பிள்ளையைக் கூட்டிக் கொண்டு
ராவண மந்திர் போனேன்
மீசை வைத்த ராவணன் முன்னே
விழுந்து வணங்கினோம் இருவரும்.

இந்த ஊரைவிட்டுப் போகத்தான் வேண்டும்
இருந்தாலும் மனம் வரவில்லை
எனக்கு என் வயதில்
என் மகனுக்கு அவன் வயதில்.

ஊர்த் தெருவின் சாதிக்காரப்
பெண்கள் எங்களை
மணம் செய்து கொள்ள முடியாது
ஆனால் குழந்தை பெற்றுக் கொள்ள முடியும்.
ஒன்றல்ல இரண்டு கூட
எத்தனைக் காலப் பழக்கம் அது.

ராவணன் மந்திரில் நானும்
என் மகனிடம் சொன்னேன்
இனி ஜீன்ஸ் போடாதே, மீசை வைக்காதே
முறை தெரியாத பெண்களிடம் காதல் கொள்ளாதே
சாதிக்காரர்களால் தாங்கமுடியாது.
வேறு என்ன சொல்வது ?

(வடநாட்டின் ஆணவக் கொலைகள் பற்றிய இப்படத்தை தமிழில் மாற்றினால் இந்த இடத்தில் ஒரு பாரதி பாடலை இணைக்க வேண்டும் எனத் தோன்றியது)

எத்தனைக் கோடி இன்பம் வைத்தாய்
எங்கள் இறைவா இறைவா இறைவா!

# மழை மசானம்*

குடியிருப்பில் இருந்து இடப்பக்கம் திரும்பி வீதியைக் கடக்க நின்ற போது டூவிலர் ஒன்று வழக்கம் போல யாக்கை நிலையாமையை நினைவுறுத்தி விரைந்தது. படபடப்பு கழுத்தில் வலியாகப் பரவியது. நிமிர்ந்து பார்த்தபோது எதிர்ப்பக்க நடைபாதையின் மரத்தடியில் படுத்துக் கிடந்தான் அவன் எப்போதும் போல.

இந்தக் குடியிருப்பு வந்த நாள் முதல் அவனை அதே இடத்தில் பார்த்துக் கொண்டிருக்கிறேன். அவன் என்ன செய்கிறான் என்ன சாப்பிடுகிறான் நான் பார்க்காத பொழுதுகளில் வேறு எங்கும் போய் வருகிறானா எதுவும் தெரியாது.

சற்று நின்றால் தலைமுடி பொசுக்கும் தில்லிக் கோடையிலும் அதே மரத்தடியில் அவன் உறங்கிக் கிடப்பதைப் பார்த்து நடுங்கிப் போயிருக்கிறேன். நான்கு சாலைச் சந்திப்புக்கருகில் நரம்பு தெறிக்க வைக்கும் வாகன இரைச்சலில் அவன் உறங்கிக்கொண்டிருப்பதைப் பார்த்திருக்கிறேன். பனிக்காலத்தில் மண்ணால் செய்தது போன்ற ஒரு ரஜாயைப் போர்த்திக் கொண்டு உறங்கிக் கிடப்பதைப் பார்த்திருக்கிறேன்.

ஒரு நாள் சாலையோர உப்பு நீர்க்குழாயில் குனிந்து ஐந்து நிமிடத்திற்கு மேல் தண்ணீரைக் குடித்துக் கொண்டிருந்ததை சைக்கிளை நிறுத்தி பார்த்துக் கொண்டிருந்தேன். நிமிர்ந்தவன் அஸ்ஸலாமு அலைக்கும் என்றான் என் தாடிக்கு அவன் தந்த அன்பு. அவன் சிரித்த போது மனம் உறைந்து போனது.

இயக்கம் குறைந்த குழந்தையிடம் தோன்றும் சிரிப்பு அது. பற்கள் அவ்வளவு வெள்ளை, எப்படியெனத் தெரியவில்லை. சைக்கிளை நிறுத்திக் கையில் வந்த பணத்தை எடுத்து அவன் முன்

நீட்டினேன். அவன் சிரிப்பு மறைந்தது நடந்து அதே மரத்தடியில் போய்ப் படுத்துக் கொண்டான். அவமானத்தில் குறுகிப் போய் சில நாட்கள் அந்த மரத்தடியைத் தவிர்த்து நடந்திருக்கிறேன் (இது சில படங்களில் வந்த காட்சிதான் என்றாலும் நடந்தது எனக்கு). யாருடைய சைக்கிள் ரிக்ஷாவையோ தண்ணீர் ஊற்றிக் கழுவிக் கொண்டிருந்ததை பார்த்திருக்கிறேன் ஒரே ஒரு முறை. மற்றபடி உறக்கம் உறக்கம் சில சமயம் விழித்தபடி ஒருக்களித்துப் படுத்துக் கிடப்பான்.

அவன் புன்னகைத்தபடி சலாம் சொன்னதும் உண்டு இரண்டு மூன்று முறை. ஒரே ஒரு முறை அவன் குரலைக் கேட்டிருக்கிறேன் "பாய் சாப் பாணி நை" "ஜனாப் பாணி கயா ஹோ கையா" குழாய் இருந்த இடத்தைக் காட்டினான் டாடா பவர் லிமிடட் இரும்புப் பெட்டி அந்த இடத்தில் நடப்பட்டிருந்தது. அமிதமான அன்பு வழியும் அமைச்சரின் முகம் அதன் மேல் ஒட்டப்பட்டிருந்தது.

அதற்குப் பின் அவன் ரிட்ஷா ரிப்பேர் கடையின் நீர்த் தொட்டியில் இருந்து அழுக்குத் தண்ணியை அள்ளியள்ளிக் குடித்ததைப் பார்க்க முடியாமல் அங்கிருந்து தப்பித்தேன். அதற்குப் பின்னும் அவன் அங்கேதான் இருந்தான் நான்தான் அந்தப் பக்கம் பார்ப்பதில்லை.

டிசம்பர் பதினொன்று அன்று இரவு சிகரெட் வாங்க நடுங்கியபடி நடந்த போது பார்த்தேன் முழுக்கப் போர்த்திய அவன் உடம்பை. அவன் பெயர் என்னவாக இருக்கும். இரவு உறக்கமில்லை எதையெதையோ எழுதிக் கொண்டிருந்தேன். பன்னிரண்டாம் தேதி காலையில் அவன் அதே போலக் கிடந்ததைப் பார்த்தேன் மதியம் திரும்பி வரும் போதும் பார்த்தேன். மறுபடி மாலை உணவு வாங்க சைக்கிளில் போன பொழுது ஏதோ ஒன்று நெருடியது. மனதைத் திடப்படுத்திக் கொண்டு போர்வையை விலக்கிப் பார்த்தேன் புன்னகை செய்வது போன்ற தோற்றம் நான் திடுக்கிடவில்லை காலையில் இருந்தே நினைத்திருந்தது தான் சாலையில் வண்டிகள் நின்று விளக்கின் நிறம் மாற விரைந்து கொண்டிருந்தன. பக்கத்திலிருந்த காவல்நிலைய அதிகாரிகளிடம் தெரிவித்தேன்.

அது ஒரு நீண்ட துயரக் கதை காவலர்களுடனான ஒப்பந்தம் பற்றிச் சொல்வதில் சட்டச்சிக்கல்கள் உண்டு பத்தாயிரமும்

ஒரு ஐந்தாயிரமும் தேவைப்பட்டது. வண்டியில் ஏற்றிய பொழுது தூரல் தொடங்கியது வண்டி ஓட ஓட மழை வலுத்தது மயானத்தை அடைந்த பொழுது தில்லிக்குப் பழக்கமற்ற இடியுடன் கூடிய பெருமழை. பணத்திற்காகக் காத்திருந்தேன் நண்பன் வரத் தாமதமானது எப்படியும் பணம் வரும் எரியூட்டிவிடுங்கள், இரண்டு நாள் சடலம் கெஞ்சினேன். சட்டச் சிக்கல் சாப் மழை வலுத்தது இடி ஓயவில்லை நெஞ்சில் இறங்கிய கம்பிகள் வேர் பரப்பின உடலில் நடுக்கம்.

கருணை கொண்ட காவலர் ஒருவர் கியா ஆப் முசல்மான் ஹெ என்றார். நஹி ஹெ பையா என்றதும் வண்டியில் உட்காரச் சொல்லி மதுவை எடுத்தார் மழைக்கு அது பெரு மருந்து. மழையில் நனையும் சடலத்தின் பக்கம் போய் நின்றேன் மது அடக்கி வைத்திருந்த அழுகையை உடைத்துவிட்டது இந்தப் பிக்காரிக்காக நீங்கள் ஏன் அழுகிறீர்கள் புரொபசர் சாப்?** அழுகிறேனா இல்லை, அது மழை. மழையில் நனைந்தபடி பணம் வரக்காத்திருந்தோம். கண்களை எரிக்கும் பெருநகர மழை.

மழையில் சவஅடக்கம் துயரத்தை அதிகமாக்கிக் காட்டும் திரைப்பட உத்தி. கவிதைக்கும் ஒரு உத்தி இருக்கிறது. வீடு திரும்பிய பின் கணினி முன் உட்கார்ந்தேன். மழையில் நனையும் சடலம் உயிர்ப் பெறுவது போலத் தோன்றியது சடலத்தில் பொழியும் மழை செத்துக்கொண்டிருந்தது. முகத்தில் உறைந்திருந்த புன்னகையை அழித்துவிடலாம் என மழை நினைத்திருக்கலாம். அந்தப் புன்னகையோ அழகிய சிரிப்பாக மாறிக்கொண்டிருந்தது.

★ இந்தியக் குடியுரிமைச் சட்டத் திருத்தத்தை ஆதரித்து எழுதப்பட்ட முதல் இந்தியக் கவிதை என இதனைச் சொல்லலாம்.

★★ தில்லியில் யாரெனத் தெரியாமல் மொழியேதும் இல்லாமல் புன்னகையளித்த முதல் மனிதன் இவன்தான் என காவலதிகாரியிடம் ஆங்கிலத்தில் சொல்ல நினைத்து தக்க சமயத்தில் நிறுத்திக் கொண்டேன்.

## மகாகவி மார்க்கம்

புக்கோவ்ஸ்கி தினம் குடிப்பானாம்
சில நாட்களில் கவிதையும் எழுதுவானாம்
குடிப்பதை அவனிடமிருந்து கற்றுக் கொண்டவர்கள்
கவிதை எழுதுவதைக் கற்றுக் கொள்ளவில்லை
எனப் பிரேதா சொன்னாள்.

•

புக்கோவ்ஸ்கி கெட்டவார்த்தைகளையும்
கவிதையில் இணைத்தானாம் சரி
கெட்டவார்த்தைகளை இணைத்துவிட்டால்
கவிதை வந்துவிடுமா கேட்க நினைத்தேன்.

•

கவிதைகளைத் தினம் காலையில் எழுதவேண்டும்
அல்லது காலையில் தினம் ஒரு
கவிதை எழுத வேண்டும்.

அதனைப் பகல் முழுதும் நினைத்து
நினைத்துப் பார்க்க வேண்டும்
மாலை அதை மறந்து விடவேண்டும்
இரவு அதனை வேறு யாரோ எழுதிய
கவிதை ஒன்றைப் போலப்
படித்துப் பார்க்க வேண்டும்
பிடித்திருந்தால் சில திருத்தங்கள் மட்டும் செய்ய வேண்டும்

பிடிக்கவில்லையென்றால் என்ன செய்வது?
முழுமையாகத் திருத்தி எழுதிவிட வேண்டியதுதான்.
முன்பு எழுதிய கவிதையே இல்லையே
இது எனத் தோன்றும் அதற்கென்ன
கவிதை ஒன்று எழுத வேண்டும் அதுதானே
அதற்காக அதே கவிதையைத்தான்
எழுத வேண்டும் என்ற கட்டாயம் இல்லையே.

●

பிடித்த கவிதையை உங்கள் பெயரிலும்
பிடிக்காத கவிதைகளை வேறொருவர் பெயரிலும்
வெளியிட்டு விட்டு
அடுத்த கவிதைத் தொகுதி பற்றி
யோசிக்கத் தொடங்கிவிடுங்கள்.
கவிதையை வெளியிடுவதா? அது சரி.
கவிதை அனுப்பினால் அதைப் பதிப்பிக்க
இதழ்கள் உள்ளனவா தமிழில்.

கவிதையை யாரிடம் முதலில் படிக்கக் கொடுப்பது
அதில்தான் தொடங்கும் பெரிய சிக்கல்
உங்களை அப்படியே நேசிப்பவர்களிடம்
கொடுத்தால் எதையெழுதினாலும்
கவிதை கவிதை என்பார்கள்.
நேசிக்காதவர்களிடம் கொடுத்தால்
சகிக்கமுடியாத கவிதைகளை மட்டும்
தமிழின் ஆகச்சிறந்த பத்து
கவிதைகளில் ஒன்று என்பார்கள்
காரணம் என்னவென்று சொல்லத் தேவையில்லை.

கவிதையைப் பெயர் இல்லாமல்
பிரதி எடுங்கள்.
நூலகத்தில் நுழைந்து
ஒரு மேசை மீது வைத்துவிட்டு

நாள் முழுதும் கவனித்துக் கொண்டிருங்கள்
யாராவது படிப்பார்கள்
பெண்ணோ ஆணோ
அவர்கள் முகத்தையே உற்று நோக்குங்கள்
என்ன நான் சொல்வது
போர்ஹேவின் கற்பனை போல உள்ளதா
நடக்கலாம் எதுவும் இது மீநிகழ் காலம்.

ஒரு ரகசியம் சொல்லவா
உங்கள் கவிதைகள் சிலவற்றை
போர்கஸ் கவிதைகள் என
அனுப்பி வையுங்கள்
மொழிபெயர்ப்பும் குறிப்பும் உங்கள் பெயரில்
தொகுதி விரைவில் வெளிவரக்கூடும்

என்றாலும் எழுதுங்கள் கவிதை
ஒவ்வொரு நாள் காலையிலும்
அதை மறந்து விடுங்கள் மாலையில்

வேறு யாரோ எழுதியது என
வாசித்துப் பாருங்கள் இரவில்
எழுதுவதை விட வாசிப்பது கடினம்தான்
அதுவும் வேறு ஒருவர் எழுதியதை.

எழுதிப் பாருங்கள் நான் சொல்வது புரியும்
எழுதுகிறவன் கவிஞன்
எழுதும் கவிதைகளை
அவ்வப்போது எரித்துவிடும் தெம்புள்ளவன் மகாகவிஞன்.

★ இது ஆண்பால் கவிதை பெண்பால் கவிதையைப் பிரேதாவிடம் கேட்கலாம்.

★ சார்ல்ஸ் புகோவ்ஸ்கி *(1920-1994)*

★ யோர்கே லுயிஸ் போர்கெஸ் *(1889-1986)*

## இருளில் நடந்தது

தட்டுத்தடுமாறி நடந்த போது
என் செல்லப் பூனையின்
வாலை மிதித்து விட்டேன்
கிரீச்சிட்ட அது காலைக் கவ்வியது
வலி இருவருக்கும்.
அறைக்குள் சென்று
மெழுகுவத்தியைக் கொளுத்தியபின்
தரையில் சாய்ந்து சற்றே தளர்ந்தேன்.
ஏதும் நடக்காதது போல்
என் அடிவயிற்றில்
தலை வைத்துப் படுத்தது பூனை.
அசையாமல் இருந்த வாலைத்
தொட்டுக் கேட்டேன்
என்ன ஆனது?
என்ன ஆனால் என்ன
இருட்டில் நடந்ததை வெளிச்சத்தில் இரைக்காதிரும்
என்ற தேவ வசனத்தை மறப்பாயோ?
வலித்தது பேரின்பமாக.

(எங்கு வாசித்த கவிதை என நினைவு வந்தபின் சொல்கிறேன்)

## பிரவேரும் புதிய தமிழ்க் கவிதைகளும்

*என் அஞ்சல் மாடத்தைத் திறந்தேன்.*
*புதிதாய் வந்த நூல் கட்டு*
*நெஞ்சோடு அணைத்து நடந்து*
*வாசிப்பறையைத் திறந்தேன்*
*வழக்கம் போல வடிவவியல் மாறாமல்*
*கத்தரி கொண்டு மேலுறை நீக்கினேன்*
*கவிதைகள் அல்லவா, சில நொடிகள் தியானமும் செய்தேன்*

*நூல்களை ஒவ்வொன்றாய்த் தொட்டுத் தடவித் திறந்து*
*கவிதைகள்தானா எனக் கண்டறிந்தேன்*
*பதினாறு கவிதை நூல்கள்*
*இரண்டு மொழிபெயர்ப்புக் கவிதைகள்*
*மூன்று கட்டுரை நூல்கள் ஒரே ஒரு கதை நூல்*
*ஒவ்வொரு நூலையும் இறகு படபடக்கும்*
*பக்கத் திருப்பலில் பார்த்தேன்*
*படிக்கவில்லை பார்த்துக் கொண்டிருந்தேன்*
*புது எழுத்துகளா புன்னகை நெளியக் கேட்டபடி*
*எதிரில் நின்றிருந்தாள் பிரேதா*
*எதையும் மறைக்க முடியவில்லை*
*ஓசைப்படாமல் உள்நுழைவது புதுப்பழக்கம்.*

அவள் மேசையில் இப்போதெல்லாம்
மொழி பெயர்க்கப்பட்ட அரபி நாவல்களைப் பார்க்கிறேன்
என்ன எதுவும் பேச்சில்லை
எனக்குத் தெரிந்தது தமிழ் என்ன செய்யலாம் சொல்
புத்தகங்களை மார்புடன் அணைத்தபடி
வெளியே போக எழுந்தேன்.

பின்னால் வந்து நின்றவள் தலையில் தட்டிச் சொன்னாள்
நம் அடுத்த சந்திப்புக்குள் அனைத்தையும் படித்துவிடுவாய் எனத்தெரியும்.

தமிழில் மட்டும் எப்படி இத்தனைக் கவிகள்
பிரஞ்சென்று நினைத்தாயோ இரண்டுக்குப் பிறகு
இப்போது வேண்டாம் என்பதற்கு
பிரவேர் படிக்காமல் எழுதுங்கள் பிறகு பேசலாம்.
தமிழ்க் கவிதை உனக்குப் புரியாது.
தமிழ்க் கவிஞர்களை எனக்குப் புரியும்.
மோதலாய் மாறுமுன் ஆளுக்கு ஒரு திசை பிரிந்தோம்.

படித்து விட்டு எழுதுவதாகச் சொன்னாயே
கட்டுரை எழுதினாயா படிக்கவேண்டுமே
கட்டுரையா சரிதான் போ.
கவிதை ...கவிதை மட்டுமே
எனக்குள் சொல்லிக் கொண்டு
இணைப்பைத் துண்டித்தேன்..
பிரெவேர் படித்தால்தான் கவிதை வருமாம்
பார்க்கலாம்.

*(மூாக் பிரவேர், 1900-1977)*

## அணில்கள் அறியா உலகம்

இந்த நகரம் உங்களைப்
பருவம் தோறும் ஏமாற்றும்
கோடைக்காலத்தில்
உயிர் போக்கும் பேயாக அச்சுறுத்தும்
குளிர்காலத்தில் அது ஒரு
வனதேவதைபோல மயக்கவும் கூடும்
வீடற்றவர்களுக்கு கோடையும் குளிரும்
ஒன்றுபோலத் துயரமாகும்
இருந்தும்
தில்லியைப் பிரிந்து போக யாரும்
விரும்புவதில்லை ஏனென்றுத் தெரியவில்லை.
●

தில்லி வாகனங்கள் எல்லா நகரத்து வாகனங்கள் போலவும்
நடந்து போகிறவர்களை பிணமாய்க் காண்பவை
தில்லியின் தெருக்கள்
அருந்த நீர் தராமல் உங்களைத் துரத்தக்கூடியவை
தில்லியின் காற்று நுரையீரல்களில் கரிவண்ணம் பூசும்
தில்லிக்குளிர் உங்கள் எலும்புகளைத் திருகி முறிக்கும்
●

தில்லியின் சுவர்கள் செந்நிற எச்சில்களால்
தம்மை மறைத்துக் கொள்ளும்

தில்லி தன் மொழியறியாதவர்களைத் தினம் தண்டிக்கும்
இந்தி ஏன் கற்கவில்லை என
உங்களை உறக்கத்தில் எழுப்பிக் கன்னத்தில் அறையும்.

●

இறைச்சிக் கடைகளைத் தேடுவதை விட
காட்டுக்குச் சென்று நேராக வேட்டையாடி
மான்கறி சமைக்கலாம்
சீதைக்காக ராமன் செய்தது போல.

மாட்டுக் கறி என்ற சொல்லை
இருவர் பேசிக்கொண்டு சென்றதைக்
கேட்டுக் கொலை செய்த
இளைஞர்களும் உள்ளனர் இந்தத் தில்லியில்.

●

இருள் மாலைகளில் நகரத்தின் தெருக்களில்
பெண் வேடமிட்ட ஆண்களைக் கூட காணல் அரிது
பெண் குழந்தைகள் விளையாடும்
தெருக்களைப் பார்க்க முடியாத புராதன நகரம் இது.

●

பெண்கள் கல்லூரியின் சுற்றுச் சுவர் கண்டால்
திறந்து கொண்டு நீரைப் பாய்ச்சும் தெய்வ பக்தர்கள்
ஜெய்சிரி ராம் சொல்லி தேசம் காக்கிறார்கள் தில்லியில்.

ராம் லீலா மைதானங்களில் தொல்குடி மக்களின்
தெய்வங்களை எரிப்பதை விட
இந்த நகரத்தில் பெருங்கொண்டாட்டம் வேறு ஏதுமில்லை.

●

எங்கும் சிறிதும் பெரிதுமாய்
நிறைந்து அச்சுறுத்தும்

இரண்டு தலைவர்களின்
தெய்வீக உருவங்களைப் பார்த்து
தினம் காய்ச்சலில் விழும் தண்டனை
எனக்கு மட்டுமல்ல
ஆனால் அதை யாரும் வெளியில் சொல்வதில்லை.

•

இந்த நகரத்தில் தலையில்
சிவப்புத் துணி கட்டி
வட்ட மேளம் இசைத்து
வருக புரட்சி எனப் பாடிய
பெண்களும் ஆண்களும்
எங்கு போய் மறைந்தார்களோ தெரியவில்லை இப்போது.

•

ஆணுறைகளைத் தினம்
எண்ணிக் கணக்கெடுத்து வைத்திருப்பதாகச்
சொன்ன அனுமன் படையினர்
பல்கலைக் கழகத்தின் மயில்களையெல்லாம்
கொன்று போட்டதாக
ஒரு குறுந்தகவல் கண்டேன் இதே நகரத்தில்.

•

புத்தகங்களுடன் பழகும் பெண்களைச்
சிறையில் அடைக்கும் புதிய சட்டம்
குளிர்காலக் கூட்டத்தொடரிலேயே
நிறைவேற்றப் படலாம் என்ற தகவல்
வதந்தியாவே இருக்கட்டுமென
காளி மந்திரில் தினம்
பிரார்த்தனை செய்கின்றேன் இதே தில்லி நகரில்.

•

ஜந்தர் மந்தரில் அழுது புலம்பி விட்டு
அவரவர் இருப்பிடம் சென்று பதுங்கினாலும்
நள்ளிரவில் கைதாக உடல் தெம்பு வேண்டும்
இப்போது இந்தத் தில்லி நகரில்.

●

தில்லி அச்சுறுத்துகிறதா அணைத்துக் கொள்கிறதா
அது அவரவர் நிறத்தைப் பொருத்தது.

நீல நிறக்கூடாரங்களில் சற்று
நிம்மதியும் கிடைக்கலாம்
சிவந்த வானம் கண்ணில் படாமலும் மறையலாம்.

●

பரசுராமன் நிறைத்த ரத்த ஏரிகள் ஏழு
தில்லிக்கடியில் புதைந்திருக்கும் கதையை
மீண்டும் படித்துவிட்டு
நூலகத்தில் இருந்து வெளியே வந்தேன்.

பெண்களும் ஆண்களுமாய்ப் பெருங்கூட்டம்
இயந்திரத் துப்பாக்கி கொண்ட பெரும் படை
அமைதியாக நிற்கிறது
நெடுங்கழி கொண்ட இன்னொரு படை
மாணவர்களைத் தாக்கிக் கொண்டிருக்கிறது.

அறிவிக்கப்பட்ட அத்தனைச் சட்டங்களையும்
திரும்பப்பெற வேண்டும் என பெருங்கூச்சல்.

அடிபட்டு விழுந்த இளைஞர்களில் சிலரை
ஆயுதம் ஏந்தியவர்களிடமிருந்து
மீட்க முன்நின்ற பெண்களில் ஒருத்தி
ஓங்கிய தடியைப் பற்றியிழுத்துக் கொண்டிருந்தாள்.

●

42 | பிரேம்

*பெண்களும் ஆண்களும்*
*இத்தனை அழகாகக் காதல் செய்வதை*
*முதல் முறையாகத் தில்லியில் பார்க்கிறேன்*
*தில்லி நகரம் இத்தனை அழகா!*

●

(அறியப்படாத தில்லிகள் சில உள்ளன, அது புறாக்களின் நகரம் அராபிய, பெர்ஸிய நிலங்களில் இருந்து தினம் வந்து போகும் புறாக்கூட்டங்களை இங்கு பார்க்கலாம். உலகின் பிற பெருநகரங்களுக்கில்லாத இன்னொரு சிறப்பு சட்டத்தை மீறி இந்த நகரத்தில் வாழும் மாடுகளின் எண்ணிக்கை.)

## உறவுகள் புதையும் மண்

இரும்புக் கதவைத் திறந்து சைக்கிளை நகர்த்தினேன்
வாசலில் புறா ஒன்று செத்துக் கிடந்தது
துணுகுற்றது மனம்
இரண்டு பக்கமும் இரண்டு நாய்கள்
ஒன்று நெருங்கும் போது மற்றது உருமியது
மற்றதும் அதையே செய்தது
நல்ல வேளை தனியாக இல்லை.

அது எனக்குத் தெரிந்த புறாதானென
மனதில் தோன்றியது
தினம் ஒரு முறையாவது
மதில் மீது வந்து உட்கார்ந்துப் போகும்
சில சமயம் தலையைச் சாய்த்துப் பார்க்கும்
அருகில் நின்றாலும் அது பறந்துவிடுவதில்லை
அதன் கழுத்தின் நிறம் வெய்யிலில்
நீலமாய் மினுங்கும்
அதன் அலகில் ஒரு புள்ளியிருக்கும்
அதன் கண்களில் நான் ஒரு புள்ளியாகத்
தெரிவதைக்கூடப் பார்த்திருக்கிறேன்.

அது எப்பொழுது எனக்குப் பழக்கமானது தெரியவில்லை
ஒரு நாள் வேலையிடத்தின் கழிப்பறையில்

இரண்டு புறாப்பிள்ளைகளைப் பார்த்தேன்
கையில் எடுக்க நினைத்தேன்
பறந்து விடுமோ பயப்படுமோ
இல்லை சற்றே படபடத்தாலும் பறக்கவில்லை
உள்ளே இதயங்கள் அப்படித் துடித்தன
இல்லடா செல்லங்களா பயப்படாதீர்கள்
இதுவரை நான் புறாக்களைக் கொன்றதில்லை.

பிள்ளைப் பருவத்தில் தாத்தா தந்த
புறாக் குழந்தைகளை மரப் பெட்டிகளில்
வைத்து வளர்த்தேன்
இறகுகள் முளைக்காத பச்சை உடம்புகள்
இறக்கை முளைக்கும் வரை இருந்தன
இறக்கையைக் கத்தரித்தால்
எப்போதும் உன் கூண்டில் இருக்கும்
தோழன் ஒருவன் சொன்னான்
அதைக் காதில் கேட்ட தோழி சொன்னாள்
அது போல ஏதும் செஞ்சிட்டு வந்தியோ
உன் முகத்தில முழிக்க மாட்டேன்
நான் அப்படியெல்லாம்
செய்ய மாட்டேன் புறாக்கண்ணி

நினைத்தது போலவே நடந்தது
ஒவ்வொன்றாகக் காணமால் போயின
ஒவ்வொரு நாளும் அவளிடம்
சொல்லுவேன் அழகாய்ச் சிரிப்பாள்
புறாக்களை என் கவிதை நோட்டில்
சின்னதாக வரைந்து வரைந்து தருவாள்
அப்போது எழுதிய கவிதைகளில் எப்படியோ
ஒரு புறாவாவது வந்துவிடும்

1977 இல் படுகொலைகளைக் கண்டித்து
ஊர்வலம் போன கூட்டத்தில் நாங்களும் இருந்தோம்
போலீஸ்காரர்கள் இருவர் பேசிக்கொண்டனர்
புறா ரத்தத்தைத் தலையில தேச்சி குளிக்கனும்
வைத்தியர் சொன்னார்

தோழி சொன்னாள்
புறாக்களைத்தான் பிடிக்க
முடியும் இவர்களால் கழுகுகளையல்ல
அன்று வீட்டுக்குப் போன போது
கடைசியாக இருந்த ஒரு புறாவும்
காணாமல் போயிருந்தது
மறுநாள் அவளிடம் சொன்னேன்
இருந்த ஒன்றும் காணாமல் போனதை
சோகப்பாடாதடா சுட்டிக்கவியே
இன்னும் சில ஆண்டுகளில்
ஒன்றல்ல இரண்டு புறாக்களை
வளர்த்துத் தருவேன் உனக்கு
எனக்குப் புரியல
இன்னும் அது புரியாமல்தான் இருக்கிறது.
கவிஞன் என்றால் எல்லாம்
புரியத்தான் வேண்டுமா என்ன.

பிள்ளைப் பருவத்து ஆசை அது
வீட்டில் இருந்த இரும்புக் கூண்டில்
வைத்து மரப்பலகையால் மூடி வைத்தேன்
கம்பும் சோளமும் வாங்கி வந்து வைத்தேன்
இரண்டும் சரியாகச் சாப்பிடவில்லை
ஒரு நாள் ஒன்று காணாமல் போயிருந்தது
மறுநாள் மற்றதையும் திறந்து விட்டேன்

அது பறக்கவில்லை நடந்தது
மதிலில் நெடு நேரம் இருந்து பிறகு பறந்தது.

அந்தப் புறாவாகத்தான் இருக்குமோ அது
அடிக்கடி பார்க்கும் போது நினைத்துக் கொள்வேன்
தமிழில் இப்படி எழுதுவது
தயக்கமாக இருந்தாலும் சொல்லித்தான் ஆகவேண்டும்.

ஒரு நாள் நான் ஷேவ் செய்து கொண்டிருந்த போது
வாஷ் பேசினில் வந்து உட்கார்ந்து
கண்ணாடியில் தலையைச் சாய்த்துச் சாய்த்துப் பார்த்தது பயமே இல்லை
ஆனால் சிகரெட்டு ஒன்றைப் பத்த வைத்து
புகையைக் காற்றில் கலந்த போது
தலையை வெடுக்கெனத் திருப்பிக் கொண்டு பறந்துவிட்டது
பலநாள் சென்றுதான் மீண்டும்
பார்க்க முடிந்தது
எப்போதாவது ஒரு சிகரெட்
இனி உன் முன்னால் பிடிக்க மாட்டேன்
அது புன்னகைப்பது போலத் தோன்றியது.
நாய்களைத் துரத்திவிட்டு
புறாவை எடுத்துப் போய்
கைக்குட்டையில் பொதிந்து
தோட்டத்தில் புதைத்து விட்டு
கையைக் கழுவ முன் பக்கம் போனேன்
இரண்டு நாய்களும்
தோட்டத்துப் பக்கம் பாய்ந்து ஓடின
என்ன செய்யும் அவை தெரியவில்லை.

புறாக்களின் உறவு புதைப்பதுடன் முடியட்டும்
நாய்கள் தமக்குப் பிடித்ததைச் செய்யட்டும்.

## புறம் எரியப் புலம்பல்

ஈசன் அடி போற்றி! எந்தை அடி போற்றி!
தேசன் அடி போற்றி! தேசமற்றான் தாழ் போற்றி!
ஆராத இன்பம் அவித்த மலை போற்றி!
தீராத துன்பத்தை தினம் தந்தும் நீ போற்றி!

அன்பே எனதன்பே என அழுதழற்றி
அகிலத்தார் துதிக்கின்றார் தினமுன்னை
கண்ணே உனக்கு மூன்றிருந்தும் காணாமல்
என்னையா செய்கின்றீர் எல்லோரையும்
உன்சுடலை வரச்சொல்லி விட்டு?

அழகன் ஒரு பிள்ளை அறிவன் ஒரு பிள்ளை
பழகிச் சுகமளிக்கும் பசிய மனையாட்டி
முழங்கும் இசைக் கூட்டம் முப்போதும் களி நடனம்.

தழலைப் பொழிகின்ற பெருயுத்தம்
வருமென்றால் தப்பிக்குமோ கயிலாயமும்.

மன்மதனை எரித்தாய் மற்றும் உன் சதியையும் தானெரித்தாய்
முன்நடக்கும் எதையும் காணாமல் கிடக்கின்றாய்
மண்பதையை அழித்து மகிழக் காத்திருக்கும்
துன்மார்க்கரைத் துடைத்தழிக் காமல்.

கங்கையை முடிவைத்து கலை நிலைவைத் துணைவைத்து
அம்கையில் அழல் வைத்து
அழிக்கும் தெய்வமெனப் பெயர் பெற்றாய்
அதற்காக அழிப்பாயா எம் பிள்ளைகளை!

சூலத்தை யாரிடம் தந்தாய் உன் மச்சானின்
சூழ்ச்சிகளை ஏன் அவர்க்குத் தந்தாய்
காலத்தைக் குருதியால் கறையாக்கும் வன்கொடியோர்
கோலத்தை மறைப்பதுவா உன் யோகநிலை.

அம்மா அம்பிகையே சும்மா இருக்கின்றாய்
சொல் உன் ஆசைக் கணவனுக்கு
இம்மாம்பெரிய புவனத்தில் எங்களுக்கும் இருக்கிறது
வாழ்ந்து பின் மடிகின்ற உரிமை!

நன்றாகத்தான் ஆடுகின்றாய் நடனமெல்லாம்
ஒன்றாகத்தான் கூடுகின்றாய் உமையோடு
பொன்றாத பூதகணங்களுண்டு உன்னிடத்தில்
கொன்றால்தான் தீருமென்றால் செய்யேன் இப்போது!

இல்லையென்பார் எடுத்துச் சொல்லிய பின்னாலும்
கல்லல்ல சிவமென்றே கருதித்தான் புலம்புகின்றேன்
தள்ளாதே என் கெஞ்சல் காத்துவிடு அருள் நெறியை
சொல்லிச் சொல்லி வாழ்வோம் இனி!

## போக்கெலாம் பாலை

பிரேதா என ஒரு நாளும் பிரேம் என ஒரு நாளும்
இருக்கத் தொடங்கிய பின்
வந்து சேர்ந்தன ஓயாத தொல்லைகள்.
●

நீங்கள் கவிதை எழுதுவீர்களாமே
என் பாய்பிரண்டுக்கு ஒரு கவிதையெழுத வேண்டும் மேடம்.
எழுதித் தருவீர்களா? என்றாள் ஒரு பெண்.
காதலுக்கும் கவிதைக்கும் என்ன தொடர்பு.
இருக்கிறது மேடம்
வாட்ஸப் வந்த பின்னும்
கவிதையில்தான் தொடங்குகிறது காதல்.
போர் விமானங்களானாலும்
எலுமிச்சைப் பழங்கள் இல்லாமல் ஓடாதல்லவா.

நான் சற்று முந்திய தலைமுறை
பிரேதா என்ற பெயரைக்கூட
அதன் விளைவுகள் தெரியாமல்
வைத்துக் கொண்டேன்.

உனது காதலை நான் எப்படி எழுத முடியும்?
இல்லை, நீங்கள் பெண்ணியக் கவி
எனக்கு உதவி செய்ய முடியும்.

சரி என்ன சொல்ல நினைக்கிறாய்?
அவனைப் பார்க்காத நாளில்
எனக்குப் பயித்தியம் பிடித்தது போல ஆகிறது.
பயித்தியம் போலவா பயித்தியமாகவா?
தலையைப் பிய்த்துக் கொண்டு ஓட வேண்டும்
போலத் தோன்றுகிறது.
சரி பார்க்கும் பொழுது என்ன பேசிக் கொள்வீர்கள்.
அவன் கேட்பான் நான்தான் உனக்கு ஒரே பாய்பிரண்டா.
நான் கேட்பேன் நான்தான் உனக்கு முதல் கேள்பிரண்டா.
பிறகு இருவரும் ரெட்மிகளைக் காட்டி நிரூபிக்க முயல்வோம்.
சரி உனக்கு எத்தனை வரியில் கவிதை வேணும்?
வாட்ஸப்பில் படத்துடன் அனுப்ப உகந்ததாய் மேடம்.

"உன்னைப் பார்க்காத பொழுதுகளில்
எனக்குப் பயித்தியம் பிடிக்கிறது.
பார்க்கும் பொழுதெல்லாம்
ஒரு பைத்தியத்தை மட்டுமே பிடிக்கிறது."

என்ன மேடம் இதற்கு அர்த்தம்
பைத்தியம் இல்லாமல் இதைப் புரிந்து கொள்ள முடியாது.
சரி என்று வாங்கிப் போனாள்.
●

அடுத்த நாள் ஒருத்தன் வந்தான்.
என் காதலி இங்கிலிஷ் படித்தவள்
நானோ தமிழ் படித்தவன் அதுவும் கொஞ்சம்.
எங்களுக்குள் பேசிக்கொள்வதில் பிரச்சினை.
நான் அவளிடம் காதல் செய்ய விரும்புகிறேன்
என இங்கிலிஷில் சொன்னேன்.

அவள் கோபமாக "ஃபக் யூ" என்றாள்
புரியல சார் என்ன அர்த்தம்.

நீ இந்தியன் இங்கிலிஷில் சொன்னதைத்தான்
அவர் அமெரிக்க இங்கிலிஷில் சொல்லியிருக்கிறார்.
சார் அவள் பெண்தான் ஆண் அல்ல.
அது என் பழக்கம், சரி மேலே சொல்.
ஆனால் உடனே முகத்தைத் திருப்பிக்கொண்டு
போய்விட்டாளே சார்.
செயல் அதுவே சிறந்த சொல்.
என்ன சார் சொல்கிறீர்கள்?
மன்னிக்கவும், செய் அல்லது செத்துமடி.
சார் நான் பிரேதா மேடத்திடம்
பேசிக் கொள்கிறேன் என்று கிளம்பிப்போய் விட்டான்.

●

இன்று பிரேதா, சொல்லவும் வேண்டுமா.
ஒருத்தி வந்தாள் மேடம் கவிதை கொடுத்து
ஒருத்தன் தொல்லை கொடுக்கிறான்.
நான் ஏதாவது பதிலுக்குக் கவிதை எழுத வேண்டும்.
படித்துப் பார்த்தேன் தெரிந்த வரிகள்.
என் வீட்டில் பிரச்சினை வரும் மேடம்.

அதுதானே மிகவும் எளிமை
"பார்க்க நீ வரும்போதெல்லாம்
மனம் பயித்தியமாய்த் துடிக்கிறது
பார்த்து விட்டு வீடு சென்றால்
மூன்று பைத்தியங்கள் கடிக்கிறது."

என்ன மேடம் இதற்கு அர்த்தம்?

உங்கள் குடும்பத்தில் உன்னோடு எத்தனை பேர் எனச் சொன்னாய்?
மூன்று பேர்கள் அம்மா, அப்பா, அண்ணன்.
சோ சுவீட்.

●

அவன் அன்று சைக்கிளைத் தள்ளிக்கொண்டு
போவதைப் பார்த்தேன்.
காரை நிறுத்தி என்ன இப்படி சோகமாக நடக்கிறாய் என்றேன்
இரண்டு மாணவிகள் கேட்டார்கள்
தேசியத் தேர்வுகளில் மட்டுமின்றி எல்லா தேர்வுகளிலும்
நான்கு கொடுத்து ஒன்றை எடுத்துக் கொள்ளச் சொல்கிறார்கள்.
திருமணம் என்றால் வீட்டில் அப்படிக் கேட்பதில்லையே ஏன்
நான் என்ன சொல்வது
நாலு கொடுத்தால் நீங்கள் நாலையும்தானே கேட்பீர்கள் என்று சொல்.
தில்லியில் நான் இருப்பது பிடிக்கவில்லையென்றால்
நேராகச் சொல்லிவிடு என்றபடி
சைக்கிளை மிதித்துக் கொண்டு கிளம்பிவிட்டான்
தமிழ்க் கவிதையின் புதிய போக்கு தெரியாதவன்.

"என் காதலைச் சொல்ல முடியாமல் உருகினேன்
காதல் தோல்வியையும் சொல்ல முடியாமல் மருகினேன்."
என ஒரு இந்திக் கவிதையை அவனுக்கு அனுப்பி
ஏன் அப்படிச் சொல்கிறது இந்தக் கவிதை
என ஒரு தகவல் அனுப்பினேன்.
தெரியவில்லை என்று பதில் வந்தது.
கவிதையின் சிக்கல் மட்டுமல்ல
காதலின் சிக்கலும் தெரியவில்லை அவனுக்கு.
இது இந்தியில் எழுதப்பட்ட ஆண்கவிதை.

★ *பிரஞ்சு இலக்கியம் தமிழ்க் கவிதையை இதற்கு முன் ஒரு முறை இப்படித்தான் சீரழித்தது, இப்போது மீண்டும் ஒரு முயற்சி.*

★★*பிரேதாவுக்கு இந்தக் கதையில் தமிழ் தெரியாது, ஆனால் தமிழ்க் கவிதை நன்கு தெரியும்.*

## கொலை வெறுத்தல்

முதலின் அங்கொன்றும் இங்கொன்றுமாக
எரியத்தொடங்கியது
பிறகு தொடர்ந்து எரியத் தொடங்கியது
பழங்கால மரப்பொருள்கள்
படுக்கை விரிப்புகள் விழாக்கால ஆடைகள்
எரிந்த போது அவர்கள் தம் குலக்கதைகளை இழந்தனர்
இசைக்கருவிகளும் ஓவியங்களும் எரிந்த போது
தம் ஓசைகளை வண்ணங்களை இழந்தனர்
குழந்தைகளின் புத்தகங்கள் எரிந்த போது
 அவர்கள் இனி எழுத இருந்தவற்றை இழந்தனர்
அவர்களின் அடையாள அட்டைகளும் பதிவேடுகளும்
அவற்றோடு எரிந்தபின் குடியுரிமை இழந்தனர்.

எரித்தவை போக மிச்சமிருந்தன
யாராலும் எரிக்க முடியாத
அழுகையும் குரலும்
●

கொலை பழகிய கூட்டத்துடன்
கொலை பழக முதல் முறையாக வந்தவர்களும் இருந்தனர்.
ஒவ்வொரு தாக்குதலும் படமாக்கப்பட்டன
ஒவ்வொரு கதறலும் பதிவாக்கப்பட்டன

ஒவ்வொரு முறை ரத்தம் சிந்தியபோதும்
தலைமையகத்திலிருந்து பாராட்டு வந்தது.

யாரும் குடியிருப்பிலிருந்து தப்பிவிடாமல்
பார்த்துக் கொண்டனர் காவல் படையினர்
தீயணைப்பு வண்டிகளில் எரிபொருள்கள் நிரப்பப்பட்டிருந்தன
வெளியிலிருந்து யாரும் உள்ளே போவது தடுக்கப்பட்டிருந்தது
காவல் சீருடையில் சிறைக்கைதிகள்
தேசபக்தர்களாகி சேவை செய்தனர்.
●

அமைதியிழந்த தேசம் பற்றி
தொலைக்காட்சிகள் கூக்குரல் எழுப்பின
கலவரக்காரர்களை அடக்காமல் இனி தேசம் உறங்காது என்று
தேசத்தின் நாயகர் இரவு அறிவித்தார்.
குடியுரிமை உண்டென்று சொல்பவர்களின் பட்டியல்
எல்லா பகுதிகளுக்கும் அனுப்பப்பட்டது.
முகாம்கள் அமைப்பதற்கென சில ஆயிரம் கோடிகள்
ஒதுக்கப்பட்டதைக் கொண்டாடினார்கள் ஊடக மேதைகள்.
●

அழுகைகள் அடங்க சில நாட்கள் சென்றன
அமைதி திரும்பியதாக அறிவிப்பு வந்திருந்தது.
இரண்டு கைகளையும் இழந்த
பாடகி ஒருத்தி பாடிக் கொண்டிருந்தாள்.
கொலை செய்வது கொடுமை
கொலை செய்ய நுழைகிறவர்களை
கொல்லாமல் பதுங்குவது அதனினும் பெருங்கொடுமை.
கொலைகளை நிறுத்தும் கொலைத்தொழில் பழகு
குழந்தைகள் விளையாடும் தெருவுக்குள்
நுழைகிறது கூலிப்படை
கொல்லாமல் விடாதே
கொலைவெறுக்கும் பெண்ணே!

# படகோட்டும் பெண்களின் பாஞ்சாலிப் பாடல்

## காப்பிய மூலம்

மச்சகந்தியின் வம்சாவழி வந்த பெண்களின் கதைகளைப்
பெண்களின் மொழியில் கேட்பவர்கள் யாரும்
வெளியே சொல்லாதீர்கள்.
சத்யவதியெனப் பெயரை மாற்றிய பின்
அவள் வம்சத்தின் கதையை வியாசன் சொல்வான்.
கருத்த கதைப் பாடகன்
படகோட்டும் பெண்ணுக்குத் தீவில் பிறந்தவன்.
யாருக்கும் தெரியாமல் தனியே வளர்க்கப்பட்டவன்
உருவம் மாற்றி திசையெங்கும் அலைந்து
கதைகளைத் தொகுப்பவன் அவன் சொன்ன கதையுடன்
மச்சகந்தி கதையை ஒப்பிட வேண்டாம்
இது படகோட்டும் பெண்களின் பெருங்கதைப் பாடல்.
வியாசனேகூட இதனை வெளியில் சொன்னதில்லை.

## காவிய காலம்

படகோட்டும் பெண்ணே படகோட்டும் பெண்ணே
படகினைக் கொஞ்சம் கரையோரம் நிறுத்து
எனத் தொடங்கும் கதைப்பாடல் ஒன்று
உத்ராகண்ட நிலத்தில் வழக்கில் உள்ளது.

யமுனையில் உள்ள மீன்களின்
இருநூற்று எண்பது பெயர்களையும்
யமுனை பாயும் நிலங்களில் உள்ள
மரம் செடி கொடிகளின்
எண்ணூற்று அறுபது பெயர்களையும்
பறவையினங்களின் நானூற்று இருபது பெயர்களையும்
விலங்குகள் பூச்சியினங்களின்
ஆயிரத்து எட்டு பெயர்களையும்
கங்கையும் யமுனையும் கலக்கும் இடம் வரையுள்ள
இரண்டாயிரத்து முப்பது ஊர்கள்
அறுபது நகரங்களின் பெயர்களையும்
வரிசையாகச் சொல்லித் தொடங்கும் அக்கதைப்பாடல்
மொத்தம் பதினெட்டு நாட்கள் பாடப்படுகிறது என்பதால்
இக்கதைப்பாடல்
கவிகளின் கவனத்திற்குரியதாகிறது வேறு ஒன்றுமில்லை.

**சுயம்வர பர்வம்**

துருபதன் மகளுக்கு மணம் செய்ய நாள் குறித்த போது
கூடியவர்களில் ஐந்து பேர் யாரெனத்தெரியவில்லை
ஆனால் அவளை அவர்கள்தான் கைப்பற்றிச் சென்றனர்.
குந்தியைக் கண்டபின் அவளுக்கு ஆறுதல் வந்தது
ஒன்றல்ல இரண்டல்ல ஐந்து மணவாளர்கள்
திகைத்துப் போன அவளைத் தேற்றினாள் பிரிதா
எனது கதையைக் கேளடி பெண்ணே என்றவள்
நடந்தவை உரைத்தாள்
எனக்கு நேர்ந்தது ஒரு முறை இருமுறை
உனக்கு இது வாழ்நாள் முழுதும்
வெட்கத்தில் சிவந்தவள் தோளில் சாய்து கொண்டாள்
தலைகோதிய குந்தி
பெண்ணறியும் பெண்மனம் எனச் சிரித்துக் கொண்டாள்.

## பெண் மனம் அறிந்த பர்வம்

நாள்கள் கடந்த பின் ஒரு நாள் கேட்டாள்
கால்பிடிக்க ஒருத்தன் கைவருட ஒருத்தன்
தலைவருட ஒருத்தன் விரல் சொடுக்க இன்னும் ஒருவன்...
உனக்கென வாய்த்தது பாரடி பெண்ணே
போ அத்தை அப்படியெல்லாம் கிடையாது
பிறகு எப்படி
தயங்கியபடி சொன்னாள் பாஞ்சாலி
ஒரு பொழுதில் என்னுடன் ஒருவர் மட்டும்தான்

குந்திக்கு ஏனோ கோபம் வந்தது.
சமைத்த உணவை ஒரு தட்டில் இட்டு
புசிக்கச் சொல்லியே பழக்கினேன்
இது என்ன புதுப்பழக்கம்?
யார் செய்த சதி இது?
எனக்குத் தெரியாது அத்தை
இதுதான் உங்கள் பிள்ளைகள் வழக்கம்.
பீமனை அழைத்த குந்தி கேட்டாள்
யார் இது போல இருக்கச் சொன்னது?
அம்மான் கிருஷ்ணன் அளித்த விதியது .
குந்தி கோபத்தில் குமுறினாள்.
கோபியரோடு கும்பலாய் குலவும் அவனுக்கு
பாஞ்சாலியின் களிப்பு மட்டும் பாபமோ?
அதனையும் பார்க்கலாம்.

துருபதன் மகளே தோய்நிறத் தழலே
ஐவரொடும் களிப்பாய் எனத்தான் நினைத்தேன்
அது பாதிதான் மெய்த்தது மாயவன் சதியால்.
ஐவரா அறுவரா பாஞ்சாலி கேட்டதும்
அதிர்ச்சியில் உறைந்தாள் குந்தி.

ஐயம் தோன்றியது அத்தை
அவரைப் பார்த்தபோது அப்படித் தோன்றியது
உன் கண்கள் உன் உதடுகள்
நிற்கும் வாகு உன்னைப் போலவே.
யாரைச் சொல்கிறாய்
துருபதன் மகள் காதிலின் கிசுகிசுத்தாள்.
குந்தியின் அழுகை பாஞ்சாலியைப் பிளந்து போட்டது.
சும்மா அத்தை சும்மா சொன்னேன் அழாதே எனக்குத் தாங்காது.
ஓலமிட்டு அழுது ஓய்ந்தவள் சொன்னாள்.
உனக்கு ஐவரில்லை அறுவரைத் தந்தவள் நான்.
இருவரும் நேருக்கு நேர் பார்த்துக் கொண்ட நேரம் நெடியது.

## களம் காண் பர்வம்

பாஞ்சாலி பெருமூச்சுடன் சொன்னாள்.
அத்தை காதலின் காலம் முடிந்தது இனி போருக்கான காலம்.
குந்தியும் பாஞ்சாலியும் பெருமூச்செறிந்தனர்
ஆண்கள் வழி ஆண்களுக்கானது.
பெண்கள் வழி பெண்களுக்கானது.

பெண்கள் வழியை அறிய முடியாதவர்கள்
வேறு என்ன செய்வது
பெரும் போர்க்களத்தில் மடியத்தான் வேண்டும்.
ஆண்களுக்கென்ன போரில் கொல்வது இன்பம் என்றாள் குந்தி
செத்தாலோ பேரின்பம் பாஞ்சாலி பெருமூச்செறிந்தாள்
வியாசன் அறியாத பர்வம்

படகோட்டும் பெண்ணே பாஞ்சாலியின் விளையாட்டு தெரியுமா?
தரும லோகத்தில் நடந்தது புரியுமா?
இந்திர லோகத்தை முதலில் அடைந்தவள் பாஞ்சாலிதானே?
வியாசனும் அப்படித்தான் சொல்கிறான்.

தருமதேவன் அவளிடம் கேட்டான் ஐவருக்கு முன்னே என்ன இது அவசரம்?
குந்திபுத்திரனைக் காணவேண்டும் நான்.
யாரைச் சொல்கிறாய்?
அவள் விரல் காட்டிய இடத்தில் வட்டில் விளையாட்டு நடந்து கொண்டிருந்தது
அவர்களின் நடுவில் கர்ணனும் இருந்தான்
தோள் தொட்டு திருப்பியவளைக் கண்டதும்
கர்ணன் அதிரவில்லை
வந்து விட்டாயா நீயும்
வா விளையாடலாம் அம்மா சொல்லி விட்டார்.
பாஞ்சாலிக்கு அழுகை அடக்க முடியவில்லை.?
இருவரும் ஒருமுறை கண்கணை ஊடுறுவிப் பார்த்துக் கொண்டனர்
தூரத்தில் பாண்டவர் வருகை
தலைகோதி விட்டவள் சொன்னாள்
இனி எல்லாரும் இங்குதானே பார்க்கலாம்
மீண்டும் பதுங்கிவிடாதே.

பக்கத்தில் இருந்த சுயோதனன் கேட்டான்
என் உதிரம் தடவி தலைகுளித்த பெண்தானே இவள்?
சுயோதனா அவள் எனது தயங்கினான் கர்ணன்
தெரியும் கர்ணா அவள்தான் போர் அவள்தான் மோட்சம்.
பாஞ்சாலி தொலைவில் இருந்து
கையசைத்த போது கர்ணன் வெட்கப்பட்டான்.
துரியோதனன் அவன் கைபற்றி அசைத்தான்.
கர்ணா அளித்தே பழகியவன் நீ இனி பெற்றே களிப்பாய்.

## முகத்துள் பதுங்கும் நாட்கள்

பதிவு செய்யப்பட்ட பெயர்களுடன்
முகங்கள் பொருந்தவில்லை
அழைக்கப்பட்ட பெயர்களில்
அங்கு யாரும் இல்லை
இருப்பவர்களைச் சேர்க்கும் கணக்கில்லை இது
இதில் இருப்பவர்கள் மட்டும்தான்
இருக்க முடியும் என்றது அறிவிப்பு

அழைக்கப்பட்ட பெயர்களை ஏற்பவர்கள்
உள்ளே செல்லலாம்
படங்களுடன் பொருந்த
முகங்கள் திருத்தப்பட அதிக நேரமாவதில்லை

காணாமல் போனவர்கள் பட்டியலில்
தம் பெயரைப் பதிந்துவிட்டு
முகத்தில் சலனமற்று உலவும்
மனிதர்கள் நெடுஞ்சாலையெங்கும்
காணாமல் போனவர்களைப் பற்றிய
பேச்சிலும் நினைப்பிலும்
காலம் பதங்கமாகி மறைகிறது

அவர்கள் தேடும் ஆட்களில் ஒருவராய்
இல்லாமல் போவதில்தான் மீள்கிறது
எமது உயிர்வாழ்க்கை

சில உருவப்படங்களைக் காட்டி
இவர்களில் யாரையாவது பார்த்திருக்கிறீர்களா
என உளவுப் படையினர் தினம் வந்து
எங்களைக் கேட்டுக்கொண்டே இருக்கின்றனர்

எங்காவது பார்த்தால்
சொல்கிறோம் என்பதுதான் பதில்

கதவுகளில் மதில்களில் சாலை ஓரங்களில்
ஒட்டப்பட்ட படங்களிடமிருந்து
தப்பி உலவிக் கொண்டிருக்கிறோம்
அவர்கள் சிதைத்த எங்கள்
முகங்களுக்குள் பதுங்கிக்கொண்டு.

## மழைக்காலமும் ஆட்டுக் குட்டியும்

முட்டிவிளையாடும் ஆடுகள்
கட்டிவிளையாடும் மழைக்காலம்
சாணி மெழுகிய திண்ணைகளில்
தென்னைப்படல் அழகு
கொதிக்கும் மழைத்தாளம்
குளிர் வந்து காதைக் கவ்வும்
அருகிருந்து உரசி அறிய முடியா கிளர்ச்சிப் பெருக்கி
அணுக்கம் காட்டும் குட்டியாடுகள்
மடிசரிந்த ஆட்டுத்தாய் குட்டிகளைக் கூவியது
மூன்று குட்டிகளையும் முத்தமிட்டு அனுப்பினாள்.

மழைக்காலம் முடிந்த பின்
வீட்டில் மூவருக்கு காது குத்து நடந்த அன்று
அவள் மட்டும் நாள் முழுக்க அழுதாள்.

இன்றும் தொட்டுப் பார்க்கும் போதெல்லாம்
அழுகிறாள் இப்போதும் வலியில்.

## தோழன் பிறத்தல்

**பாலகன் தினம்: 1**

மனிதர்களின் இல்லத்தில் கிட்டாதது
தேவனின் இல்லத்தில் கிடைக்கிறது என்றான் அவன்
மனிதர்கள் கைகளால் கட்டாமல் தேவனின் இல்லம்
எழுவதில்லை என்று சொல்லிவள்
பதறியபடி மன்னிப்புக் கேட்டாள்
என்ன சொல்லி விட்டே ஓ ஜீஸஸ், ஓ ஜீஸஸ்.

அதனைக் கேட்பதற்காவே
அவளைத் தொந்தரவு செய்தான்
பிரஞ்சு ஒலியில் அது தண்ணீரில் இறங்கும்
தேன் துளிபோல உள்ளே அமிழ்ந்தது.

எத்தனை ஒலிகள் அவன் பெயருக்கு
தமிழ் யேசு என்றது ஏசு என்றும் சொன்னது
இயேசு என்றும் விளித்தது
கர்த்தன் என்றும் மொழிபெயர்த்தது
அவள் சொன்னாள் ஜேசுவா எனக்குப் பிடிக்கும்
அவன் மரியாள் மைந்தன்.

## பாலகன் தினம்: 2

தற்கொலையில் தப்பியவன்
சில மாதங்கள் அவளுடன் பேசவில்லை
சிலுவையில் இருந்த யேசுவின் குருதி
அதற்கு முன் அவனை அப்படி அச்சுறுத்தியதில்லை
மரியாள் அணைப்பில் இருந்து
அவன் எப்போது நழுவினான்
பக்கத்தில் வந்து அமர்ந்தாள்
யேசுவே யேசுவே ஏன் என்னைக் கைவிட்டீர்
அத்தனைத் துயரமாய் யேசுவின் பெயரை
அவன் கேட்டதில்லை
தன்னைத் தவிர வேறு யாரையும் நேசிக்காதவர்கள்தான்
தங்கள் உயிரை தமக்கு மட்டும்
சொந்தமென நினைக்கிறார்கள்
ஓ ஜீஸஸ் உன்னைத் தவிர
யாருக்குத் தெரியும் என் துயரம்
வெளியே தோட்டத்தில்
முகம் இருண்டு அவள் முன் நின்றான்
எழுதியிருந்த கவிதைகள் சிலவற்றை
அவளிடம் தந்தான்
மறுபடியும் அவள் முகத்தில் புன்னகை
ஓ ஜீஸஸ் நீயா இதனை எழுதினாய்
நெற்றியில் கொடுத்த முத்தத்தில் அவன் நடுங்கிப்போனான்.

## பாலகன் தினம்: 3

அவன் முதல் இசைப் பாடல்
பாலன் தினத்தில் பாடுவதற்காக
அவளுக்காக எழுதப்பட்டது

அன்பின் உருவாய் அமைந்த தேவனே
துன்பம் தீர்க்க வா
உன்முன் அழுதே உயிரைக் கரைக்கிறோம்
ஒற்றை வார்த்தைத் தா
என்னச் சொல்லி எம் எண்ணம் தருவது
ஏதும் இங்கு அறியோம்
உன்னைப் போலவே பிறரைக் காதல் செய்
என்ற உன் மொழி புரிவோம்.

எதுவும் தெரியாதெமக்கு
இருந்தால் சொல் வாழ்வின் கணக்கு.
கற்கிறோம் நிற்கிறோம் உன் முன்
ஒற்றைக் கண்ணீர்த் துளியாய்.

பாடல் பயிற்சியில் அவள் முன் நிற்பதில்லை அவன்
சன்னல்கள் தாண்டி ஒலிக்கும் அவள் குரல்
பாலன் தினத்தில் அவள் பாடினாள் பாடபேதமாக.

உன்னை போலவே பிறரை காதல் செய்யும்
உண்மை வழியை யாம் அறியோம்
அன்னை ஏந்திய அன்பு பாலகன்
அன்பை யாரிடம் தருவோம்.

கண்களில் உயிர்ப்படலம்
காதினில் ஒலிச் சுழல்கள்
யேசுவின் தாயாய் மாறியிருந்தாள்.

**பாலகன் தினம்: 4**

தெய்வம் தொழுவதை நான் விட்டு விட்டேன்
ஆனாலும் பாலன் ஏசுவை இந்த ஆண்டு
கடைசியாக ஒருமுறை பார்க்க வேண்டும்
அவனைக் கைப்பற்றி நடத்திச் சென்றாள்

குழந்தை ஏசுவை ஏந்திக் கொண்டு வந்து
காட்டினார் பங்குத் தந்தை
இசை பெருகிய தேவாலய முற்றம்
பக்கத்தில் நின்றவள்
அவன் தோளைத் தொட்டுத்திருப்பி
அதனைத் தந்தாள்
பிரஞ்சு புரட்சி பற்றி மட்டும்தான்
நான் சொல்லித்தருவேன் என்று நினைக்காதே
அவன் முதன் முறையாய் புலம்பினான்
ஓ ஜீஸஸ் ஓ ஜீஸஸ்.

**பாலகன் தினம்: 5**

நான் உங்களுக்குச் சமாதானத்தைத் தர வரவில்லை
போரைக் கற்றுத்தர வந்திருக்கிறேன்.
உங்கள் அன்புக்குரியவர்கள்
கொலை செய்யப்படும் போது
ஒதுங்கி நின்று அழுதுகொண்டிருக்காதீர்கள்.

ஒரு நூறு கொலைகளைச் செய்தேனும்
அவர்களைக் காப்பாற்றுங்கள்.
நான் உண்மையிலும் உண்மையாகச் சொல்லுகிறேன்.
ஒரு அப்பாவிக் குழந்தையின் உயிரை
இருநூறு அரசர்களைக் கொன்றுதான்
காப்பாற்ற முடியும் என்றால் அதையும் செய்யுங்கள்.

ஏனெனில் நீங்கள் தேடிக்கொண்டிருக்கும்
உங்கள் மீட்பர் அவளோ அவனோ யார் அறிவர்.
●

முத்தமும் புரட்சியும் இணையும் விந்தையை
அவர்கள் பின்னாளில் வேறு வகையில் அறிந்து கொண்டனர்
இப்போது அவர்கள் மட்டுமல்ல

அவர்களின் தோழர்களும் கூட
சொல்வதில்லை ஓ ஜீசஸ்.
●

(குழந்தைத் தொழிலாளர்கள், குழந்தைப் போராளிகள், குழந்தை யேசு என்ற ஒலிகளின் துன்பியல் கவியும் நேரங்களில் அன்னை மரியாளும் நினைவுக்கு வருவது தவிர்க்க முடிவதில்லை)

## நெடும்புனல் சுழிப்பு

கனவற்ற உறக்கம் கவிதையற்ற விழிப்பு
நினைவற்ற நிகழ்வுகள் நிஜமற்ற போர்க் களங்கள்.
வெறுப்பற்ற பிரிவுகள் வேதனையற்ற மறைவுகள்
கொலையற்ற காதலின் கோலாகலங்கள்.
பிரிவற்ற புணர்தலின் பித்துற்ற பொழுதுகள்
தெரிவற்ற பகிர்தலின் திசைகலைந்த தேடல்கள்
தெரிந்தே நிகழும் முப்புலன் போகங்கள்.
எல்லாம் இருந்தும் கிளைக்கிறது தொல் கொலை ஆயுதம்.
நீர்க்கசிவறியா நெருங்கிய தனங்களின் பெருமூச்சு
ஒளிக்கசிவறியா உன்மத்தப் பளிக்கறையின் புலம்பல்
தீர்வற்ற களிப்புடன் திகைக்கிற வாக்குகள்
பாலற்ற பரப்பினில் படர்கிற மோப்பம்.
யார்க்கும் வாய்க்காத யாமப் பெருங்கலவி
யாரும் புலம் கொள்ளமுடியாத நோக்கின் கடும் புலவி
தீய்க்கும் வேட்கைச் சுனை மொண்டு சுடரும் உடலத் திரிகள்
யோகம் சித்த நிரோதம் என அருளும் யோகினி வரிகள்
சொல் அறவும் சும்மா இருக்கவும் சொல்கிறது தவ வேட்கை.
எல்லாம் யோசிக்கும் வேளையில்
எப்படி யோசித்தும் புலப்படாத இச்சைகளும்
வெறுப்புமாக முடியும் என்பது
இன்புறுதல் அறிந்திராத சித்தர்கள் வாக்கு.
இருந்தாலும் பிரிந்தாலும் இல்லாமல் போவதல்ல

*இணையுயிர்க் கலவி*
*பிரிவு என்பது வேறென்ன தீராது எனத் தெரிந்தும்*
*நம் வேட்கையால் சுழிக்கும் ஒரு மாயநதி.*
*நதிதான் அது*
*நடுவில் பாய்வதோ மலைநோக்கிச் சீறிச்செல்லும்*
*ஆறாப் பெருவெள்ளம்.*

## குறித்த நாளில் எழுதி முடித்தல்

(பிரான்ஸ் ஃபானோன்
ரோபர்த்தோ பொலான்யோ
இருவரையும் புரிந்து கொள்ளுதல் கடினமல்ல)
●

இறப்பதற்கான தேதியைக் குறித்தபின்
எழுத உட்காரும் ஒருவனைப் பற்றி
நீங்கள் என்ன நினைக்கிறீர்கள் என
எனக்குத் தெரியாது
ஆனால் நான் நினைக்கிறேன்
அவன் இறக்கும் தேதியைக்
குறித்துக் கொடுத்ததே அந்த எழுத்துதான் என.
●

படைப்பாளனின் மரணம் பற்றி
ஒரு படைப்பாளன் பத்து
படைப்புகளை எழுதிவிட்டு
பரி நகரின் தெருவொன்றில் மரித்தானே
அதைப்பற்றி நீங்கள் என்ன நினைக்கிறீர்கள் என
எனக்குத் தெரியாது
அதை அவன் எழுதியதே

இறந்த பின்னே மறையாமல்
வாழத்தான் என நான் நினைக்கிறேன்.
●

கவிதையின் மரணம் பற்றிச் சில நாட்கள்
நான் பேசிக்கொண்டிருந்ததை நீங்கள்
எப்படிப் புரிந்து கொண்டீர்கள் என
எனக்குத் தெரியாது
கவிதையும் மரணம் போல
அழிவற்றது அமைதி தருவது
எனக் கூறத்தான் என நான் நினைக்கிறேன்.
●

தினம் எழுதவும் தீராமல் எழுதவும்
நீங்கள் என்ன செய்வீர்களோ
எனக்குத் தெரியாது
நான் செய்வது ஒன்றுதான்
என் முதல் தற்கொலை முயற்சியின் போது
சிகிச்சை அளித்த மருத்துவர்கள்
எனக்கு நினைவு தப்பிவிட்டது என எண்ணித்
தமக்குள் பேசிக்கொண்டதை நாளுக்கு
இரு முறை நினைத்துப் பார்ப்பது.
●

எழுதும் போது உங்களுக்கு என்ன
தோன்றுமோ எனக்குத் தெரியாது
தொண்டையில் அறுவைச் சிகிச்சை செய்த
மருத்துவர்கள் மூவர்.
அவர்களில் ஒருவர் சின்னப் பிள்ளை
வலிக்கும் அங்கிள் பொறுத்துக்குங்க என்றபடி
கன்னத்தையும் காதையும் தடவிக் கொடுத்துக் கொண்டிருந்தார்
பக்கவாட்டில வழியும் கண்ணீரையும் துடைத்துவிட்டபடி.

"நீங்க கவிஞராமே சொன்னார்கள், கவித எனக்கு வல்லிய இஷ்டமானு."
எழுத இதைவிட என்ன காரணம் வேண்டும்.

இப்போது மீண்டும்.
சாவின் நாள் உறுதியானபின் எப்படி
ஒருவனால் பெரும்படைப்பை எழுத முடிகிறது?
நீங்கள் என்ன சொல்வீர்களோ எனக்குத் தெரியாது.
நான் சொல்லுவேன்
மரணத்தை உறுதி செய்த பின்தானே
நாம் உயிர் வாழத் தொடங்குகிறோம்.
அது அனைவருக்கும் இயலும் என்றால்
இது சிலருக்கு இயலாதா என் கவிதைப் பெண்ணே!

●

(திசம்பர் 6, 2019 சைக்கிளில் ஓரமாக நின்றிருந்த என்னை மோதிவிடுவது போல வந்து வளைத்து மறைந்த சூலம்பொறித்த பைக் பற்றி இரவு சிந்தித்தபோது எழுதியது)

★    ரோபர்த்தோ பொலான்யோ *(1953-2003),*
★★  பிரான்ஸ் ஃபானோன் *(1925-1961)*

## தொலையாத பண்

கேட்டிராத பண்ணிசைகள் தொலைவில் ஒலிக்கின்றன.
சில பாடல்களில் இடையில் ஒலிக்கும்
கேவல்கள் பெருவெளிகளை நோக்கி வழிகின்றன.

பெருகிப் பாயும் இசையைக்
கருவியில் மீட்ட யாருமற்ற போது
தாராதேவி அதனை ஏந்திக் கொள்கிறாள்.
அவளது முற்றத்தில் அணில்கள் ஆயிரம் இரண்டாயிரமாய் வந்து குவிகின்றன.
மனிதர்கள் கேளா இசையை மண்டலத்தின் உயிரிகள் மீட்டுகின்றன. .

யாரும் இல்லாத இடங்களில் அலைந்து தொலைந்து
அறைமீண்ட பின்
அந்த இசையைக் கேட்டபடி அமர்ந்திருக்கும் போது
தேனீ ஒன்று சன்னல் கண்ணாடியில் முரளுவதைக் கண்டால்
கண்ணீர் கசிய வணங்குங்கள் வேறெதுவும் செய்ய வேண்டாம்.

# அன்றன்று அறிவிக்கப்படும் கொலைகள்

*இருவர் பேசிக் கொண்டே நடந்தனர்.*
*இன்றும் ஒரு அறிவிப்பு வர உள்ளதாம்.*
*இப்போதெல்லாம் எதை எண்ணினாலும்*
*என்னை அது தற்கொலையில் கொண்டு நிறுத்துகிறது.*
*சில முறைகள் தற்கொலைக்கு முயற்சித்து*
*மீந்து நிற்பவர்களுக்குத்தான் தெரியும் தோல்வியின் பேரின்பம்.*
*பிறகு ஏன் அவள் தற்கொலை செய்து கொண்டாள்?*
*யாராலும் நேசிக்கப்படாதவர்கள் என்னதான் செய்யமுடியும் .*
*யாரையும் நேசிக்க முடியாதவர்களுக்கானது அது.*
*கொலை மற்றும் தற்கொலை பற்றித்*
*தமிழில் அதிகம் எழுதியவனைக் கேட்க வேண்டும்.*
*அவன் எழுதியது அரசியல் நான் சொல்வது மனதின் சிக்கல்.*

*சாகவா எனக் கேட்டு மின்னஞ்சல் அனுப்பினால்*
*என்ன பதில் சொல்வாய்.*
*செத்துப் போனபின் உன்னைத் திட்டமுடியாது கொஞ்சம் காத்திரு.*
*எத்தனை அழகாய்ச் செத்தான் அவன் என*
*இரங்கற்குறிப்பு எழுதுவதாய் இருந்தால் இன்றோ நாளையோ சாகலாம்.*
*செத்துப் போனவன் யாரெனத் தெரியாது எனச் சொல்லிவிட்டு*
*பகார்டி அருந்திக் கொண்டிருப்பேன்.*
*அதற்கு நான் சாகும் வரை காத்திருக்க வேண்டுமா.*
*நீயில்லாமல் அருந்தும் மதுதானே எனக்குத் தண்டனை.*

என்னைத் தெரியாது என்று உன்னால் சொல்ல முடியுமா.
உயிரை அறிந்த எனக்கு உன் உடலைத் தனியாக அடையாளம் தெரியாது.
இப்போது நீதான் அரசியல் பேசுகிறாய்.

இருவரும் தயங்கி நின்ற இடத்தில்
இரண்டு மாணவிகளை இழுத்து
வேனில் ஏற்றிக் கொண்டிருந்தனர் போலீஸார்.
இரு இரு நீ ஒன்றும் இதில் செய்ய முடியாது.
அவளைத் தடுத்து நிறுத்தினான்.
இருவரும் ஒதுங்கி நின்ற இடத்திற்கு
இன்னொரு பெரிய வேன் வந்து நின்றது.
உள்ளே அவர்களைப் போல வேறு சிலர்.
ஒதுங்கி நிற்பதால் தப்பிக்க முடியுமா?
எங்கே அழைத்துச் செல்கிறார்களாம்?
யாருக்குத் தெரியும்?
அலைபேசியை மட்டும் கொடுத்தால் போதும்.
அது இனிமேல் கிடைக்காது.
அதில் தான் உள்ளதாம் தண்டனைக்கான பதிவுகள்.
பேசியதை வைத்துத் தண்டனையா?
இல்லை நினைத்தவைகளை வைத்தே.

இப்படி வாழ்வதை விடச்
செத்துப் போகலாம் என்றாள் ஒருத்தி.
இது போலப் பேசினால்
கொன்றே போடுவேன் என்றாள் மற்றொருத்தி.
உயிருள்ளவரை நேசிப்பேன் என்றதெல்லாம் பொய்யா?
யார் உயிருள்ளவரை?
சாவும் உனக்கு விளையாட்டாக இருக்கலாம்
ஆனால் தனியாக அதனை ஆடாதே.

இருவரும் சற்று முன் தாங்கள் பேசியதை
வேறு இருவர் பேசக் கேட்டனர்.
அவர்களைப் போல இன்னும் பலர் .
அடைக்கப்பட்ட இடத்தில் எல்லோரும்
ஒன்று போல இருந்தனர்.
அவர்களில் ஒருவன் கேட்டான்
தற்கொலை செய்து கொள்வதைப் பற்றி
நினைத்தீர்களா, பேசிக் கொண்டிருந்தீர்களா
உனக்கெப்படித் தெரியும்?
இது தற்கொலை பற்றிச் சிந்திப்பவர்களை அடைக்கும் முகாம்.
அரசுக்கு எதிரான பெருங்குற்றம் பற்றிய
புதுச் சட்டம் தெரியாதா
இந்த அரசின் கீழ் வாழ்வதை விட சாவது விடுதலை தெரியாதா?
சாவதாக இருந்தால் மஞ்சள் நிறப்பூக்களும்
கூர்நுனி இலைகளும் கொண்ட அரளிக் காய்களைப்
பறித்து உடைத்து ஒவ்வொன்றாய்
மென்று தின்று தண்ணீர் குடியுங்கள்
பிறகு தெரியும் சாவதைவிட
வாழ்ந்து தொலைப்பதே மேல் என்பது.

இல்லை இல்லை சாவதாக இருந்தாலும்
இனிதாக அதனைச் செய்ய வேண்டும்.

எல்லாம் இருக்கட்டும் நம்மை என்ன செய்யப் போகிறார்களாம்
இன்று இரவு தேசத்தின் நாயகர் தொலைக்காட்சியில்
பேசிய பின்தான் நமக்கு என்ன ஆகும் என்பது தெரியும்.

நடுங்கிய அவனுடைய கையை அவள் பற்றிக் கொண்டாள்
இரண்டு முறைகள் நான் தப்பியிருக்கிறேன்.
சாவிடமிருந்தா இல்லை மனதிடம் இருந்தா?
சாவைப் பற்றி அஞ்சும் மனதிடமிருந்து.

அப்படியெனில் தண்டனை கடுமையாகத்தான் இருக்கும்.
அரசியல் பேசாதே மனதைப் பற்றிப் பேசு.
அதுதான் அவர்களை அச்சுறுத்துகிறது.
உனக்கு ஒரு ரகசியம் சொல்லவா?
இனிதாக இறத்தலின் கலைநுட்பத்தைக் கற்றுக்கொள்ளும் வரை யாரும் தற்கொலைக்கு முயலக்கூடாது.

ஆனால் என்ன அதற்குத் தேவைப்படும்
அதே கலைநுட்பம்தான் வாழவும் தேவைப்படுவது.
அவன் கைகளில் இப்போது நடுக்கம் இல்லை.

## சுருள் வழிப்பாதை

வாசித்த நூல்களில்
இலையொன்றை வைத்து அவள்
பக்கம் குறித்ததைப் பார்த்தான் அவன்.

பக்கம் குறிக்கும் இலைகளின் நிறம்
பலவிதமாக மாறுவதைக் கண்டான்.
பச்சையில் தொடங்கி மஞ்சளும் பழுப்புமாய்
உருவம் கொண்டன அவை.
அவள் வாசித்து வைத்த நூல்களை மட்டும்
படிக்கத் தொடங்கினான்.
இலைகள் மட்டுமல்ல சில நூல்களில்
இறகுகளும் மயில் பீலிகளும் கூட இருந்தன.
பக்கங்களின் இடையில் படிந்த இலைகளும்
இறகுகளும் பீலிகளும் ஒன்றுபோல இருப்பதில்லை
அவளுக்கு மட்டும் எங்கிருந்து கிடைக்கின்றன அவை.

சிலர் அடிக்கோடிடுவதை
பக்கங்களின் முனைமடிப்பதை அவன் பார்த்திருக்கிறான்.
படிக்காமலேயே அடிக்கோடிடும் பழக்கமும் சிலருக்குண்டு.

ஒரு முறை அவள் நூலகம் விட்டுச் சென்றபின்
திறந்த நூலில் முடியிழை ஒன்று பக்கம் காட்டியது.

ஒரு இழைத் தொலைவுதான் உள்ளது
அறிவுக்கும் அறியாமைக்கும் இடையிலான பெருந்தூரம்
என்று ஒரு குறிப்பெழுதிய காகிதத்தைத்
தன் பக்கமாக வைத்துச் சென்றான்.

இலை, இறகு, ஒரு இழை ரோமம், ஒரு மடிப்பு
ஒரு துண்டு காகிதம் எல்லாம் கடந்து
திறக்கும் போதெல்லாம் தெரியத் தொடங்கியது
படித்து முடித்த பக்கங்களில் மட்டும் ஒரு வாசனை.

வழக்கம் போல இல்லாமல் அன்று
புத்தக அடுக்கு ஒன்றில்
தனது நூலை வைத்து விட்டு அவனை நோக்கி வந்தவள்
முதன் முறையாகப் பேசினாள்.
எனதுடலின் சுருள் முடி ஒன்றை
அடையாளமாக்கி வைத்திருக்கிறேன்
எந்த நூல் எந்த பக்கம்.
தேடிக் கிடைத்தால் என் அறைக்குக் கொண்டு வா
சொல்லிவிட்டு மறைந்து போனாள்.

தேடித் தேடியே தொடர்கிறது வாசிப்பு.
இறகுகள், இலைகள், மென் முடி இழைகள் எல்லாம் கிடைத்தாலும்
அவள் குறித்த கேசம் இன்னும் கிடைக்கவில்லை.

பக்கம் பக்கமாய் காடும் மலையுமாய்
நூலும் கடலுமாய் வாசித்துத் தொடர்கிறான்
பக்கத்தில்தான் உள்ளது அவன் பார்வையில் சிக்காத அந்த வரி.

## ஆயிரத்தோரு வரிகள்

பிஸா மனையில் பணிப்பெண் அவள். கலப்பின உருவம். அசைவுகளில் புன்னகையில் ஒரு தொழில்முறை நேர்த்தி.

எப்போதும் அணிவது முழுக்கை சட்டைகள். கட்டை விரல் மேற்பகுதியில் இங்யாங் பச்சை நீலமும் சிவப்புமாய். ஒரு நாள் அவள் மேசையைத் துடைத்த போது சட்டையின் கையை மேலிழுத்து விட்டாள்.

வரிவரியாக ரத்தக் கோடுகள். உறைந்து போன தழும்புகள் ஆனால் பச்சை ரணங்களைப் போலவே இருந்தன. பார்ப்பதை உணர்ந்தவள் இழுத்து பொத்தானைப் பொதிந்தாள். எவனோ ஒருவனின் பெயர் சொல்லி அழைத்து துடைக்கச் சொல்லிவிட்டு அங்கிருந்து சென்றாள். அவள் பார்வையில் ஒரு வன்மமும் கடுகடுப்பும் தோன்றியது.

அன்று நான் நெடுநேரமிருந்தேன் நண்பர்கள் யாரும் வரவில்லை. சீருடை மாற்றி அவள் வெளியே சென்று வீதியின் திருப்பத்தில் நின்று பையில் துழாவினாள். சிகரெட்டை நீட்டினேன் உற்றுப் பார்த்தவள் புன்னகையோடு உதட்டில் பொறுத்தினாள். பற்றவைத்த என் முகம் நோக்கி புகையை ஊதினாள். கண்களை மூடினேன் எரிகிறதா என்றாள்.

அப்படித்தான் இருக்கும் நீ ஒரு பெண்ணை உற்றுப் பார்க்கும் போது. ஆனால் நான் அப்படிப் பார்க்கவில்லையே. இன்றல்ல மற்ற பல நாட்களில். நான் பெண்களை அப்படிப் பார்ப்பவனில்லை. என் பாதத்தை ஷூவால் மிதித்தாள்.

புகைப்பதில் கூட போகம் உள்ளது என்றாள். யாருடன் புகைக்கிறோம் என்பதைப் பொறுத்தது. ஓலா வருகிறது நீ எங்கு போகவேண்டும் என்றாள். எங்கும் போகாமல் இருக்க வேண்டும். உன் உருவத்தை மாற்று இல்லையேல் யாரும் உன்னைத் தாக்கக்கூடும் என்றாள்.

வண்டி வந்ததும் உள்ளே அமர்ந்தவள் என்னை நோக்கி வலக்கை நீட்டினாள். விடைபெறும் நட்புடன் கையை நீட்டினேன். உள்ளே இழுத்துக் கொண்டவள் ஓடிபி சொன்னாள். விரைந்த வாகனத்திற்குள் அவள் மேலுடை மாற்றினாள். இரண்டு கைகளிலும் வரிவரியாய்ச் செங்கோடுகள். மெலியது கடியது தடித்தது என வெண்ணிறத் தோலில் வரிகள்.

அவள் அம்மாவிடம் சொன்னாள் இது என் டியூஷன் டீச்சர். அறையில் கொண்டு போய் உட்கார வைத்தவள் பொய் சொல்ல மாட்டாயா அப்படி முழிக்கிறாய் என்று மூக்கைத் திருகினாள். சில நிமிடங்களில் உடைமாற்றி உருமாற்றி வந்தவள் அடையாளம் தெரியவில்லை குறுமுடி சிறு உடை. என்ன அதிர்ச்சியா என்றபடி இசையை முடுக்கி விட்டாள். “ஹமே தில்லஹி” நுஸ்ரத் ஒலி.

வரிகளைத் தடவியபடி என்ன இதெல்லாம் என்றேன். சொல்கிறேன் ஒவ்வொன்றாய் ஆனால் எங்கும் இதைப்பற்றி எழுதக்கூடாது. எழுதினாலும் என் பெயரிருக்கக்கூடாது. இரண்டு கைகளையும் எடுத்து கன்னத்தில் வைத்துக் கொண்டு சொன்னேன் வரிகள் மீறாது என் வரிக்குதிரையே. சொல்லத் தொடங்கினாள். ஒரு வரி கடக்க ஒரு இரவு முடிந்தது. இன்னும் உள்ளன ஏராளமான வரிகள், உடல் முழுக்க, மனம்முழுக்க.

## வரியெழுதி உடல் கலைந்து

பிறவா வரம் வேண்டும்
ஒரு முறை பிறந்த பின்னர்
அதை மறவா வரம் வேண்டும்.
இறவா நிலை வேண்டும்
என நினைக்காத எளிதான உடல் வேண்டும்.
மறையா நினைவாலுன் மனம்முழுதும்
வழியும் நிலைவேண்டும்.
துளியா கடலா எனவொரு நொடியும்
துலங்காச் சொல் வேண்டும்.
வழியா இலக்கா நீயெனக்கு என எப்போதும்
வகைபிரியா நடைவேண்டும்.
பொழியா விழியில் உனதொளியே
பொழுதும் துயிலாக வேண்டும்.
இலையா துளியா இது நுனியின்
வழியா நொடியா என உயிர் போகவேண்டும்.
வரியா அசையா வாசிப்பின் புரியா நிலையா
இதை நீசொல்ல வேண்டும்.

அருளாழி உன் அடிசேர்ந்தபின்
எழுதா நிலை வரக்கூடும்.
எழுதாநிலை பெற்றால்
எனை மீளவும் எதுவாக நீ கொள்வாய்.

எழுதும் போதில் மட்டும்
எனது உடலாகிடும் வரியே.

## காக்கைப் பாணன்

புறாக்களைத்தான் பிடிக்கும் உனக்கு
கிளிகள் குருவிகள் உனக்கு அத்தனைச் செல்லம்.
மயில்களோ உன்னைக் கண்டுகொள்வதே இல்லை
ஆனால் உதிரும் இறகுகளைக் கொஞ்சிக் கொண்டிருப்பாய்.

அணில்கள் உனக்குச் சுற்றமும் நட்பும்
கழுகுகள் பருந்துகள் உன் தோட்டத்தில் உலவும்
பூனைகள் உறங்க மடியைத் தருவாய்
பூனைக்குட்டிக்கோ உன் மனதைத் தருவாய்
நாய்கள் உனக்கு நண்பர்கள் மட்டுமா
நடைபயிலும் துணைகள்
நாய்க்குழந்தைகள் வந்து காலை மொய்க்கும்போது
உன் கண்ககளில் பாசத்தின் துளிகள்
மகள் அழைக்கும் உன் பெயரில் அதன் நேசத்தின் ஒலிகள்
உன் கவிதைகளில் உலவும் இத்தனை உயிர்களில்
காக்கைகள் பற்றி ஒரு வரியில்லையே கருத்த கவியே!
ஒற்றைக் காகம் என் சைக்கிளில் அமர்ந்து இத்தனையும் சொன்னது
ஒரு நிமிடம் என் வார்த்தைகள் உறைந்தன
அலைபேசியின் அதிர்வுகள் போல என் விரல்கள் துடித்தன
வாட்ஸ்அப் கிலுங்கல்கள் என் காதுக்குள் பெருகின
அழுகைதான் வழக்கம் போல முதல் சில நொடிகள்.
கவிதைகள் அத்தனையும் அறிந்த காகம் அது

என்பது மனதில் குமிழ்ந்தது சற்றே தளர்ந்த உடல்
மீண்டும் நிமிர்ந்தது.
அழகான பாடல் பாடும் காக்கை பற்றிய கதைதான்
முதலில் நினைவுக்கு வந்தது
கூழாங்கல் சுமந்த அலகு மனதில் நின்றது
ஒளிக்க முடியாத புன்னகையை அதுவும் கண்டது.
இருவரும் ஒரு நொடி சிரித்து விட்டோம்
என் நடுவிரல் மச்சத்தைக் கொத்திய அது
என்னவாம் இக்கருப்பு எனக் கேலி பேசியது.
காக்கை அல்ல நீ என் கனவின் அலைச்சல்
பறவை அல்ல நீ நான் இழந்து போன என்
குடிசையின் இசைச்சொல்
என் தட்டின் உணவை முதன்முதலில்
பகிர்ந்து உண்ணப் பழகிய இனிமை நீ
பள்ளிக்காலத்தில் என் கையின்
தீனிகளைக் கவ்விச்சென்ற கள்ளத் காதலன் நீ
தாப நாட்களில் என் உறக்கம் கெடுத்த
செல்லத் துரோகம் நீ
உன் பெயர் இல்லையென்றாலும்
என் கவிதைகளில் பெருங்கூட்டமாய் அலைகிறாய்
என் கனவுகளில் பல நேரங்களில் கருமூட்டமாய்க் கவிகிறாய்.
உற்றுப் பார்த்த அது இறக்கை விரித்தது
என் தலைமேல் பறந்து
என் முகத்தின் நேரெதிர் நின்றது
கண்களை ஊடுருவி கலங்க வைத்தது
பொய்தான் அத்தனையும் தெரியும்
உண்மைகள் இத்தனை அழகில்லைதானே!.
கவிதையில் உன்னைப் பாடும்
என் காலம் இன்னும் வரவில்லை.
கருப்பாய் அழகாய் அழகாய் கருப்பாய்

கருத்த அழகாய் அழகிய கருப்பாய்
கருப்பின் அழகாய் அழகின் கருப்பாய்
கருப்பின் கருப்பாய் அழகின் அழகாய்
அலையும் இரவாய் அலறும் இருளாய்
நிழலின் துகிலாய் நிறங்களின் உறக்கமாய்
இருக்கும் உன்னைப் பாட
இன்னும் எனக்குப் பக்குவம் வேண்டும்
வஞ்சப் புகழ்ச்சிதானே என்றபடி
என் மூக்கில் செல்லமாய்க் கொத்திவிட்டு
தெற்கு நோக்கிப் பறந்து விட்டது.

●

புகைபிடிக்க் பிரேதாவின் அறைக்குச் சென்ற போது
அவள் மேசை மீது புதிதாக ஒரு காக்கைச் சிற்பம்.
பார்சிகள் சடலத்தைக் கழுகுகளுக்குப் படைப்பது போல
என் உடலைக் காக்கைகளுக்குத் தரவேண்டும். பிரேதா
என் மகளிடம் அந்த நாளில் என் விருப்பம் சொல்வாயா?
வாழ்க்கை பற்றி முகநூலில் பேசு
வரும் போது எல்லாம் என்னிடம்
சாவது பற்றியே பேசு நல்லா இரு மகனே!
காக்கைச் சிற்பம் மேசை மேல்
சுவர்களில் காக்கை ஓவியங்கள்
விடைபெறும் போதுதான் பார்த்தேன்
காதுகளின் கீழே புதிதாய்க் காக்கைப் பச்சைகள்.
ஏதோ பேச வாயைத் திறந்தேன்
மரங்களில் இருந்து கேட்டது
ஒரு கோடி காக்கைப் பாடல்.

●

இதையெழுதி முடித்த இரண்டாவது நாள்
காக்கைகள் குழுவில் இருந்து தகவல் வந்திருந்தது.

"உன் உடலை அளித்தால் நாங்கள் என்ன செய்வதாம்
யோசித்துப் பார்த்தோம் உண்ணவா முடியும் சொல்.
அப்படியே அள்ளியெடுத்துப் பறப்போம்
உனக்குப் பிடித்த அந்தத் தீவில் கொண்டு போய்ப் புதைப்போம்.
என்றாலும் இனி சாவைப் பற்றிப் பேசினால்
உன் கண்களைக் கொத்திப் புசிப்போம்"

## ஒத்திகையற்ற நாடகம்

தொலைபேசிகள் இணைப்பற்றுப் போயின
மின்னிணைப்பற்ற பகுதியுமானது
இணையம் முகநூல் எதுவும் இல்லை
நாடக ஒத்திகை அவளின்றி கிடையாது
நாடக இசையை எழுதிக் கொண்டிருந்தவனும்
எங்கே போனான் தெரியவில்லை
வாகனங்கள் நுழையமுடியா பகுதியென்றார்கள்
நடந்து போக முயற்சித்த போது
துப்பாக்கிச் சூடு நிச்சயம் என்றார்கள்
பந்தல் நாட்டிய இடத்தில்
சிலர் தொழுகை செய்துகொண்டிருந்தார்கள்
குருத்துவாராவில் பூரியும் கிழங்கும்
ஓலைக்கிண்ணங்களில் வழங்கப்பட்டதையும் கண்டோம்
யாருடைய முகத்திலும் எந்த உணர்ச்சியும் இல்லை.
உற்றுப் பார்த்த விழிகளில் ஒரு சொல்லும் இல்லை
பெயர் சொல்லிச் சிலரிடம் கேட்டோம்
அந்தப் பெயரில் எட்டு பேர்
அந்தத் தெருவில் இருந்ததாய்த் தெரிய வந்தது
தெற்கு வடக்காய் சில குடும்பங்கள்
ஊர் நோக்கிச் சென்றதாய் பார்த்தவர்கள் சொன்னார்கள்.

பிடிவாதமாக அங்கே தங்கியவள் இல்லாமல்
நாடகம் நடத்த இயலாது
நாங்கள் ஏதும் செய்ய வகையற்று ஒத்திகை பார்த்தோம்
அவள் வரலாம் வராமலும் போகலாம்
இசை இருக்கலாம் இல்லாமலும் போகலாம்
தீயெரித்த குப்பைகளில் மீந்த உடைகளை
அணிந்த நாடக மாந்தர்கள்
அவளிருப்பதாய் பாவனை கொண்டு
அவளிடம் பேசி அனைத்தையும் நடித்தார்கள்.
பார்வையாளர்கள் பொறுமையிழப்பார்கள்.
யாருமற்ற இடத்தில் என்ன இது பேச்சு.
கடைசியாய் ஒரு பாத்திரம் மேடையில் தோன்றும்
தன் உடைகளைக்கழற்றும்.
பின் தன்னை எரித்துக் கொள்ளும்.

அவள் செய்த பாத்திரத்தை இனி நாங்கள்
மாறி மாறிச் செய்ய வேண்டும்.
அவளைப் போல அத்தனை இயல்பாய்
யாராலும் எரிய முடியாது.
இருந்தாலும் என்ன செய்வது நாடகம் நடந்தே ஆகவேண்டும்.
முதல் காட்சி நடக்கும் போது
நாங்கள் அனைவரும் எரியலாம் என ஒரு முடிவு செய்திருந்தோம்.
பார்வையாளர்கள் அனைவரும்
தீக்காயம் பட்டவர்களாக இருந்ததைக் கண்டு திக்கிப்போய் நின்றோம்.
அவள் பேச வேண்டிய வசனங்களை அவர்கள் பேசினார்கள்.
கடைசியாக நாம் எரியலாம் என்று அறிவித்த போது
எல்லோருமே எழுந்து நின்றார்கள்.
(நாடகத்திற்கு அவள் தந்திருந்த பெயர் 'நம்மை எரிப்பது யார்'
அந்தப் பெயரில் அனுமதி கிடைக்காததால் பெயரை மாற்றினோம்.)

## தமிழ் செய்த மாயம்

கணினி முன்னமர்ந்து
தினம் சில பக்கங்கள் தட்டுவது
பனிக்காலப் பழக்கம்
சில வரிகள் திரையில் தோன்றும்
சில வரிகள் மனதில் மீறும்
அவ்வப்போது பின்சாய்ந்து சிறு உறக்கம்

அன்று கண்டேன் நான் விட்டிருந்த
இடத்தில் இருந்து புதிதாகச் சிலவரிகள்
என்ன மாயம் யார் செய்த மந்திரம்
புதிர்தான் அது

மறுநாளும் இருந்தது புதிதாகச் சிலவரிகள்
சில நாட்களில் முழுதாகச் சில பத்திகள்
மனதில் மீந்த வரிகள் சில
மயக்கம் அளிக்கும் வரிகள் பல

எப்பொழுதோ எண்ணி
இன்னும் நான் எழுதாத சில வாக்கியங்கள்
அன்று பாதியில் நிறுத்திய கவிதையில்
முழுதாகச் சேர்ந்திருந்தது ஒரு பத்தி

இணையம் வழி ஏதும் சதித்திட்டம் நடக்கிறதா
யாராவது என் கணினியுடன்
நானறியாமல் இணைப்பில் இருக்கிறார்களா
இணைப்பை நீக்கிவிட்டுச்
சில நாட்கள் எழுதிப்பார்த்தேன்

அப்போதும் மாயவரிகள் தொடர்ந்தன
நான் உறங்கும் சிறு பொழுதில்
நடக்கிறது மாயம் ஒன்று
பிரேதாவிடம் சொன்னால் நம்ப மறுக்கிறாள்
இந்த வரிகள் நான் எழுதாதவை என்றால்
மறுப்பக்கம் பார்க்கிறாள் .

அன்றுதான் அதை நான் செய்தேன்
இரவல் வாங்கிய நுண்படக் கருவியை
புத்தகம் இரண்டுக்கு நடுவில் வைத்து
ஒளிப்பதிவை அழுத்தி விட்டேன்
சிலவரிகள் தட்டியபின்
வழக்கம் போல இடையில் கண்ணயர்ந்தேன்
இரண்டு மணிநேரம் இருக்கும்

விழித்த போது பத்திகள் சில சேர்ந்திருந்தன
நூஸ்ரத் குரல் ஒலித்துக்கொண்டிருந்தது
என்னா சோனா ரப்புனே பனாயா
படக்கருவி ஒளிர்ந்துகொண்டிருந்தது
மேகலை சிலம்பு இரண்டு நூலுக்கும் நடுவில்.

எடுத்து திரையைத் தடவினேன்
எல்லாப் புதிரும் அவிழ்ந்தது.
●

முதலில் தோன்றியது மரச்செம்மை நிறத்தில் வால்.
சத்தமின்றி வந்த அது என் மடியில் நின்று
முகத்தை உற்றுப்பார்த்தது
கள்ளப் புன்னகை ஒன்று தோன்றி மறைந்தது.

விசைப்பலகை மீது நடந்து தொடங்கியது
பாலே நடன அசைவுகளை
இடப்பக்கம் வலப்பக்கம்
மேல் வரிசை கீழ்வரிசை
திரையில் வரிகள்
சேர்ந்துகொண்டே இருந்தன
அவ்வப்பொழுது கிட்ட நெருங்கி
வரிகளைச் வாசித்துவிட்டு
மீண்டும் நடனம்தான்

சில நேரம் விசைப்பலகை மீது
மல்லாந்து படுத்து தலையின் கீழ் கைவைத்து
கால் மேல் கால் போட்டு உல்லாச அசைவு வேறு.

என்ன செய்வது தமிழில் எழுதப் பழகினால்
தானாக வருகிறது அணிலுக்கும் அகங்காரம்.

## காத்திருப்பின் காலம்

அவர்கள் காத்திருந்தார்கள்
தம் கொலைக்கருவிகளை அவர்களுடைய
தெய்வங்களின் கைகளில் கொடுத்துவிட்டு.
அவர்கள் காத்திருந்தார்கள்
கொலைகளைக் கொண்டாடும்
விழாக்களுக்குக் கூட்டம் சேரும்
நாள் விரைவில் வருமென்று.
அவர்கள் காத்திருந்தார்கள்
தாயின் தலைகொய்து
தந்தையிடம் வரம் பெறும்
ஆண்பிள்ளைகள் இனி அதிகம் பிறப்பார்கள் என்று.
அவர்கள் காத்திருந்தார்கள்
புத்தனின் சக்கரம் பொதிந்த
கொடித்துணியில் உள்ள ஒரு நிறத்தால் மட்டும்
இந்திய மண்ணை மூடிவிடும் நாள் வருமென்று.
அவர்கள் காத்திருந்தார்கள்
தன் தங்கையின் கல்விச் சான்றிதழ்களை
எரித்துவிட்டு மறுவீடு அனுப்பும்
அண்ணன்மார்களைத் தாய்கள்
உச்சி முகர்ந்து கொஞ்சும் காட்சியை
ஆவணப்படமாக எடுக்கிற நாள்வரும் என்று.

அவர்கள் காத்திருந்தார்கள்
பாட்டாளிப் பெயர் கொண்ட கட்சிகளின் தலைவர்கள்
பறையன் கட்சியெல்லாம் அரசாள நினைப்பதா என
வாள் உயர்த்திக் கத்தும் நாள் வரும் என்று
அவர்கள் காத்திருந்தார்கள்
பகுத்தறிவுப் பாணர்கள் தம் முற்றத்தில்
பாடிக் கொண்டு நிற்கும் நாள் ஒன்று வரும் என்று.

அவர்கள் காத்திருந்தார்கள்
இரண்டு லட்சம் சொந்தங்கள்
செத்துக் கொண்டிருந்த ஒரு காலத்தில்
இன்னுமா முடியல இந்த எழவு என்று
துக்கப்பட்டுத் தமிழர்கள்
பேசிக்கொள்ளும் நாள்வருமென்று.
அவர்கள் காத்திருந்தார்கள்
வகுப்பில் இருக்கும் சில
பெண்களின் முக்காட்டை நீக்கி
முகத்தை நக்கும் பள்ளித் தோழர்கள்
வளர்ந்து வரும் நாள் விரைவில் வருமென்று.
அவர்கள் காத்திருந்தார்கள்
இரண்டு நாட்களில் இரண்டாயிரம்
பேரைக் கொன்றொழித்த ஒரு
பேச்சைக் கேட்க
இரண்டு லட்சம் பேர்கள்
திரளும் நாள் வருமென்று.
அவர்கள் காத்திருந்தார்கள்
தகவல் தொழில் நுட்பம்
மனிதர்களைத் தொன்மையில்
இருந்து மீட்கும் என்ற வாசகம்
பொய்க்கிற நாள் வெகுவிரைவில் வரும் என்று.

அவர்கள் காத்திருந்தார்கள்
பெண்கள் வெளியில்
நடமாடத் தொடங்கியதால்தான்
வன்கொடுமைகள் பெருகிவிட்டதென
திரைப்பட நடிகர்கள் விசனப்படும் நாள் வருமென்று.
அவர்கள் காத்திருந்தார்கள்
வேள்விகளில் வெட்டியெறியப்படும்
விலங்குகள் மீண்டும் உயிர்பெறும்
என எழுதும் நவீன எழுத்தாளர்கள்
ஒவ்வொரு மொழியிலும் உருவாகி வருவார்கள் என்று.

அவர்களும் காத்திருக்க வேண்டியிருக்கிறது.
"எங்களைப் பற்றிய உண்மைகளைப்
பேசுவது மரண தண்டனைக்குரிய குற்றம்" என
அறிவிக்கும் நாளுக்காக.
அவர்களில் யாரும் காத்திருப்பதுமில்லை
உண்மைகளைப் பேசுபவர்களைக் கொல்வதற்கு.

கொலைசெய்பவர்களுக்கு
வழக்கப்படும் விருதுகள் மிகப்புராதனமானவை
அவை எப்போதும் காத்திருக்கின்றன
யார் அளித்து யார் பெறுவதென்பதுதான்
வரலாற்றுச் சிக்கல்
காத்திருக்கலாம் கொலை செய்யப்படாமல் இருந்தால்.

## அணிலாடல் அகப்பாடல்

### தோழி கூற்று

அத்தனை பேரின் நடுவில்
அமர்ந்திருந்தேன் சற்று ஓய்வாய்
இத்தனை நாளில்லாமல் இடப்புறம்
கையூன்றி சாய்தும் இருந்தேன்.
மெத்தென ஏதோ மெல்லியதாய்
மிருதென்றாலும் சற்றே கூர்மையதாய்
தத்தி என் கைமேல் வந்த அது
தலையைச் சாய்த்துப் பார்க்கிறது.
புறங்கை மீது குந்தியது
புன்னகைப்பது போலத்தோன்றியது
அணில் என்பார்கள் அதனை ஆனால்
அத்தனை அருகில் பார்த்ததில்லை.

அச்சம் விட்டுப் போனதென்ன
அது கண்ணை இமைத்துப் பார்ப்பதென்ன
விரல்கள் மீது பூம்பஞ்சு
விலக்கிட முடியா ஒரு கூச்சம்
கத்தை முடிகள் மெல்லசைவு
கடந்து போகிறதென் உடலெங்கும்
வித்தை செய்யும் வாலசைவு
விழிகள் கிறங்கிய ஓர் லயிப்பு.

அத்தனை மென்மை உணர்ந்தில்லை
ஆணில் ஆணா பெண்ணா தெரியவில்லை.
தோழிகள் உலுக்கிய விழிப்பின் பின்
தொட்டுப்பார்த்தேன் என் விரலை
தொடுகிறபோதெல்லாம் அணில் முடிகள்.

## அணில் கூற்று

மெல்லத்தான் விளையாட்டாய்
அக்கையின் மீது அமர்ந்தேன்
மிருதுவாய் இருப்பது தெரிந்தது
சொல்லத்தான் நினைத்து வாலசைத்தேன்
சொக்கிய விழியுடன் நிலைகுலைந்தேன்.
முல்லைத்தான் மென்மையென
சொன்னீர்கள் இதுவரைக்கும்
இல்லை அது வேறெங்கோ இருக்கிறது.
தொல்லைதான் வாழ்வெல்லாம்
ஒரு முறை
தொட்டுவிட்டால் தொலையாத கிறக்கமது.

## பாடினி கூற்று

அணில்கள் வந்து மொய்க்கும் என் மீது
அந்த முற்றத்தில் பகலில் கண்ணயர்ந்தால்.
நுனிதாய் வந்து கொறிக்கின்ற
மீன்கள் குளத்தில் மாயம் செய்யும்.
கையில் ஏந்திய கிளிக்கென்ன
காலால் நடந்து என் மார்புலவும்.
கன்றுக்குட்டி என் இடுப்பறியும்
காலை நக்கும் நாய்க்குட்டி
வயிற்றின் மீது வந்தமர்ந்து
வாலை அசைக்கும் கெடும்பூனை.

சன்னல் கம்பியில் சாய்ந்திருந்தால்
காதைக் கொறிக்கும் கரிய புறா.
எத்தனைத் தொடுகை அறிந்த உடல்
எத்தனைத் தொடுதல் உணர்ந்த மனம்
இருப்பது என்பதே தொடல்தானோ
எண்ணிய விரல்கள் தலைவருடும்.

**நெய்தல் நெகிழ்வு**

அலைவந்து காலின் கீழ் மண்ணை
அரித்துக் கொண்டு போனபோது
மயங்கிச் சாய்தேன் முதல் முறை
பூமி சுழன்று என்னைப் புதைத்துக் கொண்டது
அள்ளியெடுத்து வந்தவன் என் முகத்தையே
உற்றுப்பார்த்தபடி கலங்கிப்போயிருந்தான்
பயந்து விட்டாயா
கடல் முத்தம் கரிப்புச் சுவை
அலை வந்து இழுத்துச் சென்றது
இப்போது என்னை என் உடலுக்குள்.

## ஓங்கி வளருதே தீ தீ

நெருங்க முடியவில்லை
நெருங்கிச் செல்ல வழியில்லை
தொலைவில் இருந்து பார்த்தோம்
நின்று நிதானமாக எரிந்து கொண்டிருந்தது
அங்கங்கே காவிநிறத்தில்
அகிரா குரோசவா\* படத்தில் தோன்றும்
போர்க்களத்தின் கொடிக்காட்சி போல.

கடைகள் அத்தனையும் எரித்து விட்டோம்
என்று மகிழ்ச்சியாகப்
பேசிக் கொண்டு நின்ற சிலரைப் பார்த்தோம்.

மூன்னூறு ஆண்டுகளாய் இரானிய இனிப்பு வழங்கிய
மித்தாய் சௌக்கை நான்தான் எரித்தேன் என்றான் ஒருவன்.
அவனைக் கன்னத்தில் அறைந்த ஒருவன்
கடிந்து கொண்டான் மித்தாய்களை
எடுக்காமல் எரித்துவிட்டான் சாலா.

பிரியாணிக்கடையை எரித்தவன் பெருமையுடன் சொன்னான்
எண்பது பேர் சாப்பிட்டோம்

பின் பக்கமிருந்த சுரிதார் கடையை எரித்தவன் யார்
என்ற கேள்விக்கு யாரும் பதில் சொல்லவில்லை.

புத்தகக் கடைகள்
புடவைக் கடைகள்
கம்ப்யூட்டர் சென்டர்கள்
எரிந்ததைப் பற்றி பூரிப்புடன் பேசிக் கொணடார்கள்
பெட்ரோல் பங்கை எரித்த பின்
மஸ்ஜித் ஒன்றின் மினாரில் ஏறி
கொஞ்சம் கொஞ்சமாய் இடித்துப்
பிறகு தீ வைத்தவனைக் சிலர் கொண்டாடிக் கொண்டிருந்தார்கள்.

ஒரு போலீஸ் அதிகாரி முகத்தைச் சுளித்ததைப்
பார்த்தேன் அவனை தனியே அழைத்துப் போய்
அடித்தே கொன்று விட்டு
இரண்டு கட்டா சிறுவர்களை கைது செய்ய வைத்தேன்
என்றவனைக் குருஜி எனக் காலை வணங்கினார்கள்.
புர்கா அணிந்து கூட்டத்தில் நுழைந்த நாங்கள்
பின்பக்கமாக வீடுகளில் நுழைந்தோம் என்றார்கள் ஏழு எட்டு பேர்.

இதுவரை கொல்லப்பட்டவர் எத்தனை பேர் இருக்கும் என
அமைச்சகத்திலிருந்து கேள்வி வந்தபோது
படையினர் அளித்த பதில் தெரியுமா?
நீங்கள் சொன்னதை இன்னும்
தொடங்கவே இல்லை
இலக்கை அடைந்ததும் தகவல் சொல்கிறோம்
தாமதத்திற்கு மன்னிக்கவும்.

கலவரக்காரர்கள் இனி இந்த மண்ணில் இருக்கக்கூடாது
அமைதி திரும்பும் வரை
எதைவேண்டுமானாலும் எரிக்கலாம் தெரியுமா?
திகாரா வாரனாசியா பைசாபாதா
ஒருவருரிடம் ஒருவர் விசாரித்துக் கொண்டனர்.
நான் இனி போலிஸிலேயே

இருந்துவிடப் போகிறேன் என்றான் ஒருவன்
முப்பது நாள்தான் அதற்கு மேல்
ஒருநாள் கூட வெளியில் இருக்க முடியாது என்றான் ஒருவன்
தன் கைத்துப்பாக்கியைத் துடைத்துக் கொண்டே.
அடுத்த தேர்தலில் பார்த்துக் கொள்வார் மாலிக்
என்றான் கனத்த ஒருவன்.

டிவியா நியூஸ் பேப்பரா
எங்களைப் பார்த்துக் கேட்டான் ஒருவன்
ஒருவரை ஒருவர் பார்த்துக் கொண்டோம்
படம் பிடிக்கணுமா முகத்துணியை அவிழ்க்கணுமா.

சட்டமன்ற உறுப்பினர் வண்டி வந்தபோது
எங்களுக்கு உயிர் மீண்டும் வந்தது
அந்தப் பக்கமாய் போய் நின்று கொண்டோம்.
தொலைக்காட்சியினரிடம் அன்பாகப் பேசினார்.
என்ன நடக்கிறது இங்கே
சொந்த வீடுகளையும் கடைகளையும் எரித்து கொண்டார்கள்
மசூதியையும் இடித்துத் தரைமட்டமாக்க
அவர்களில் சிலரே முயன்ற போதுதான்
கண்டதும் சுடும் உத்தரவு பிறப்பித்தோம்.
கண்டதும் சுட உத்தரவு என்றபடி
அவர் பார்வை எங்கள் பக்கம் திரும்பியது.

எங்கள் நண்பர்களின் வீடுகள் எரிவதை
அதுவரைத் தொலைவில் இருந்து
பார்த்துக் கொண்டிருந்த நாங்கள்
அங்கிருந்து நகர்ந்தோம்
பாதைகள் அடைபடுமுன் உயிர் பிழைக்க வேண்டும்.

உயிர் பிழைத்திருந்தால் உண்மையைச் சொல்ல வேண்டும்.

என்ன சொல்வீர்கள் புதிதாக
அவர்கள் சொல்லாததை
இதோ பாருங்கள் என்றார் ஒருவர்.

கண்டதும் சுடுவார்களா என்றேன்.
ஆம் உண்மையைக் கண்ட எவரையும்.

★ *அகிரா குரோசவா (1910-1998)*

## பெயர்ப் பாதி

நான்தான் உனக்கு எல்லாமுமாக இருப்பேன் என்றாள்
அவன் பெயரின் பாதியையே எடுத்து
அவனைப் புதிதாய் வனைந்தாள்
பேரன்பும் பெருங்கருணையும் இணைந்த
மறுபெயரை அளித்தாள்
கணங்கள் தோறும் புழங்கும் காற்றையும்
உடல் தொடரும் நீரின் ஊற்றையும் சமைத்தாள்
அவன் உயிரசைவின் மின்னிணைப்பை
தன் பியானோ விசைப்பலகையில்
அவளே இணைத்து வைத்தாள்
அவ்வப்பொழுது மறந்த விட்டாலும்
அவனுக்கான வலிகளை தராமல் விட்டதில்லை.

யார் கேட்டது இப்படி என் பெயரில் உன்னைச்
சிறைப்படச் சொல்லி
என்று சில முறை கேட்கும் போது
அவன் சொல்கிறான்
இமயத்தின் முகட்டில் பெருவெள்ளம் என்றால்
இடைப்பட்ட நிலங்கள் என்னதான் செய்யும்.

அவளும் விளையாட்டாகச் சொல்கிறாள்
உன் பேரலைகளின் பூரிதம்
இந்தச் சிறு சங்குத் தாங்குமோ
எப்போதும் போலவே பேரலைதான் நீ
நான்தான் ஒதுங்கிக் கிடக்கும் புரிச்சங்கு.

## சொல்லில் தெளிவதில்லை

வெளியே இருந்து ஏதோ அழைப்பு
வாசலில் இருந்தன நூறு நாய்கள்
புறா செத்துவிட்டது என்று
உனக்கு எப்படித் தெரியும்
என்று கேட்டது முன்னே நின்ற ஒரு நாய்.
புறாக்களைப் பற்றி முகநூலில் எழுத
உனக்கு யார் உரிமை கொடுத்தது
என்றது மற்றொரு நாய்.
புறாக் கவிதைகள் எழுதுவதால்
எங்கள் புறா பற்றிப் பேசும் தகுதி உனக்கு வந்துவிட்டதா?
என்ன உங்கள் பிரச்சினை என்றேன்.
புறாக்கவிதையை ஏன் எழுதினாய்?
எனக்குத் தெரிந்த புறாக்கள் பற்றித்தான் எழுதினேன்.
நாய்கள் தமக்குப் பிடித்ததைச் செய்யட்டும் என்றால்
என்ன அர்த்தம்
நாய்களைப் பற்றி உனக்கு என்ன தெரியும்?

அப்படி ஒரு அதிர்ச்சியை
நான் இதுவரை அடைந்ததே இல்லை.
உடைந்து போய் அழுதேன்
மொழியறியாதவன் நான் மன்னிக்கனும்.
ஒன்றை ஒன்று பார்த்துக் கொண்டன

சரி சரி போய் உறங்கு உன் புறா ஒன்றும்
செத்துப் போகவில்லை.
ஒரு நாய் என்னைப் பார்த்துப் புன்னகைத்தது.
நீங்கள் என்ன சொல்ல இங்கு கூடியிருக்கிறீர்கள்
எனக்குப் புரியவில்லை.
நீ கொன்ற புறா மீண்டும்
உயிர் பெறும் என எழுது.
புறா எனது உயிரின் ஒரு வடிவம் தானே.
புறாக் கவிதையை இனி நான்
எழுதக்கூடாது என்றால்
இத்துடன் முடித்துக் கொள்கிறேன்.
எழுது உண்மையை மட்டும் எழுது
என்றது ஒரு நாய்க்குட்டி.
உண்மைதான் என்ன
புறா செத்துப் போனதாகச் சொல்லக்கூடாதா?
அது உண்மை இல்லையா?

ஒரு கண்ணில் காயம் பட்டிருந்த
நாய் சொன்னது
எங்களுக்கு எப்படித் தெரியும்
கவிதையை விட்ட இடத்திலிருந்து
தொடர்ந்தால் புரியும்.
புறா ஒன்று செத்துக் கிடந்தது
எனச் சொல்வது எத்தனைக் கொடுமையானது
புறாக்களுக்கு மரணமில்லை.
நாய்கள் முணகியபடி கலைந்து சென்றன.

கால் தாங்கலான ஒரு நாய் மட்டும் தயங்கி நின்றது.
புறாக்களும் சாகும்தான்.
உன் புறாக்களில் ஒன்று செத்துப் போனது எனக்கும் தெரியும்.
செத்துப் போனல்தான் என்ன?

அதனை ஊருக்கெல்லாம் சொல்லி என்ன ஆகப் போகிறது?
அதன் கண்களை என்னால் பார்க்க முடியவில்லை.

(புறாக்களைப் பற்றி இனி எழுதாமல் இருப்பதா,
புறாக்கள் சாவதைப் பற்றி எழுதாமல் இருப்பதா புரியவில்லை,
எதற்கும் கவிதையை விட்ட இடத்திலிருந்து தொடர்ந்து பார்க்கலாம்)

## காத்திருந்த கருந்தமிழ்

### காலம்: 1

கருப்பும் அழகில்லையா கருப்பு எழிலில்லையா
கருப்பானாலும் அழகுதான்
தமிழில் இப்படிப்
படிக்கும் போதோ கேட்கும் போதோ
கொலைவெறி கூடியது அவளுக்கு
யார் பேசுவது இந்த வாசகங்கள்
யாரை நோக்கியது இச்சொற்கள்
எனக் குமுறிய அவளுக்கு
செந்தமிழ் என்ற சொல்லும் பிடிக்கவில்லை
கருப்பென்று சொல்லத் தயங்கும்
உன் தமிழுக்கு தளிர் நிறம் மாநிறம்
தரித்த நறும் திலகமான தமிழ் கருப்பா சிவப்பா
கேள்விக்குப் பதில் சொல்ல
அவனால் முடியவில்லை
செந்தாமரைக் காடு உவமையும் கூட
கசந்தது அவளுக்கு
கருப்புச் சட்டை கருப்பில் ஒரு கொடி
யாருக்குச் சொல்ல இதெல்லாம்
தமிழ் நிலம் தமிழ் வாழ்வு
தமிழ் உடல் கருப்பு

கருப்பு நீ என்றுணராமல் கனவுகான முடியாது
எனச் சொல்லி விட்டுப்
பேச்சை நிறுத்திக் கொண்டாள்.

காலம்: 2

கருத்த தன் மகளை அவனுக்கு
அறிமுகப்படுத்தி விட்டு
என்ன இப்போதும் எழுதுகிறாயா என்றவளிடம்
தான் எழுதி வைத்துத் தரமுடியாமல் போன
அந்த வரிகளைத் தந்தான்
அறிவிப்பு வந்தபோது இருவரும் பிரிந்தனர்

காலம்: 3

அது சிவப்பு நிறமானதுதான்
சற்றே திரிந்தால் நீலமும் ஆகும்
கருப்பாக ஒழுகும் குருதிகள் உள்ளன
சொட்டுச் சொட்டாய் அவை
தரையில் படியக்கூடும்
அழுகையின் நிறம்
அத்தனைத் தெளிவானதில்லை
ஆளுக்கு ஏற்ப அவ்வப்போது
அவை மாறி ஒளிர்கின்றன
தொலைதூரத்திலிருந்து ஒலிக்கும் கேவலுக்கோ
மிக நெருக்கமாக முரலும் விசும்பலுக்கோ
நிறமிருப்பதில்லை
அவை உயிரை எரித்துச் சுடர்கின்றன
கருப்பாகத் தாளமுடியா வெம்மையுடன்.

காலம்: 3.1

தன் மகளிடம் அவள் சொன்னாள்
அவன் இளம் வயதில் கவிதை எழுதுவான்
ஆனால் தமிழில் எழுதத் தான் தாமதமாகிவிட்டது
தமிழ் காலம் கடந்தும் வாழும் மொழியில்லையா அம்மா
விமானத்தின் கண்ணாடி வழி பார்த்தபடி மகள் சொன்னாள்.
●

(மொழியரசியல் பற்றியதல்ல இக்கவிதை, கவிதையரசியல் பற்றிதும்அல்ல, பாலரசியல் பற்றியது இல்லவே இல்லை)

## கரந்துறையும் காலம்

*பிரேதாவைச் சிலநாட்காளாய்க் காணவில்லை*
*அவள் இருப்பிடங்கள் சென்று தேடியும்*
*எங்கெனத் தெரியவில்லை.*
*இருள் நகர் வாழ்க்கை அறிந்தவள்*
*இடம் பெயர்தலும் அலைதலும்*
*அவளுக்குப் புதிதில்லைதான்*
*ஆனாலும் மனம் வலியை உணர்ந்தது.*
*சொல்லாமல் கொள்ளாமல்*
*செல்லும் குணம் தெரியும்*
*சொற்களை முழுதுமாய்*
*முடக்கிக் கொள்வதும் அவள் பழக்கம்*
*இருந்தாலும்*
*இப்போதெல்லாம் எங்கிருந்தாவது*
*சில படங்களையாவது அனுப்பும் அளவுக்கு இரக்கமும் அருளும்*
*அவளுக்குள் உருவாகி இருந்தது.*
*இருள்நகரில் இருந்து*
*இடம்பெயரச்சொன்னது*
*கொடுஞ்செயலாக எனக்குத்*
*தோன்றத் தொடங்கியது.*
*எழுத்தில் பதுங்கிய நாட்கள் கடந்து*
*வேற்று உருவங்களில்*
*உலவும் பருவங்கள் தொடர்ந்து*
*இப்போது கரந்துரையும்*

காலத்துயரைக் காட்டித் தருகிறாள்.
கவிதைகள் சில எழுதி தொடர்ந்து
அனுப்பிக் கொண்டிருந்தேன்
பதில் கவிதைகளோ பகடி வாக்கியங்களோ
வந்து சேரவில்லை
அன்று இரவு வெளி வாசல் தட்டும் ஓசை
திறந்த போது முகத்தை
மறைத்த உருவம் ஒன்று
என்னிடம் சில நூல்களைத் தந்தது.
அனுப்பியவர் யாரெனத் தகவல் இல்லை
ஏது ஒரு வார்த்தையும் இன்றி
இரண்டு நிமிடங்கள்
ஒருவர் முன் ஒருவர் நின்றோம்.
மின்தடை ஏனென்று தெரியவில்லை
மீண்ட வெளிச்சத்தில் யாரையும் காணவில்லை.
புத்தகங்களைப் புரட்டிக்கொண்டிருந்த போது
அறைக்குள்ளிருந்து அழைப்பு கேட்டது
துணுக்குற்று எழுந்தேன்
குளித்து முடித்து தலை துவட்டியபடி
கண்ணாடி முன்னால் பிரேதா
எப்படி உள்ளே வந்தாய்
எவ்வளவு காலமாய் இங்கே சென்றிருந்தாய்
ஒருக்களித்து பார்த்தவள் முகத்தில்
ஏராளமான தழும்புகள்.
பதைத்துப் போன நான்
பக்கத்தில் சென்றேன்
கண்ணாடியில் என் முகத்திலும்
ஆறாத சில காயங்கள்
என்ன ஆனது இருவருக்கும்.

சொன்னதை நீ எப்போதுதான் கேட்டாய்
இருள்நகரை விட்டுப் போகாதே என்றேன்

என்னையும் அங்கு இருக்கவிடவில்லை
இப்போது பார் எல்லா நகரங்களும்
இருள் நகரங்களாகிக் கொண்டுள்ளன.
நம்முடைய இருள்நகரம் அவ்வளவு பயங்கரமில்லை
மறைந்தும் மாறியும் வாழ்ந்து தொலையலாம்
இங்கு அப்படியா.
கிளம்பு போகலாம் அடையாள அட்டை பெற
மீக நீண்ட வரிசைகள்
இப்போது போனால்தான்
இன்னும் இருபது ஆண்டுகள் கடந்து
ஒரு எண்ணைப் பெறமுடியும்
அதிலும் நமக்கு ஒரு சிக்கல்
இருவருக்கும் சேர்த்து
ஒரு அட்டை வழங்குவதாகச் சொல்வார்கள்.
இந்த முறை நாம் அதனை ஏற்கக்கூடாது
எப்படிச் செய்வது நீ சொல் இவள் எல்லைகள் தாண்டி வந்தவள்
நான் சொல்கிறேன்
இவன் என்னை அடைத்து வைத்துக்
கொடுமை செய்தவன்.
இருவருக்கும் தண்டனை உண்டு
எளிதாக ஒரு அடையாளம் கிடைக்கும்
இருவரும் வெவ்வேறு முகாம்களில்
இருந்தாலும் உயிருடன் இருக்கலாம்.
இப்படிச் சொல்வது பிரேதாவாக
இருக்க முடியாது
இதுபோல் நான்தான் சில முறை
அவளிடம் சொல்லியிருக்கிறேன்.

ஆனால் அது வேறு ஒரு நகரில்
எங்கள் இருள் நகரில்.

## போதிச்சத்துவனின் இரு சொட்டுக் கண்ணீர்

அவன் பிக்குவின் கூட்டத்துடன் கலந்து இருந்தான்
போதிச் சத்துவனைக் காண வந்த கூட்டத்திலொருவன்
அவனை அடையாளம் கண்டு கொண்டு
கைகளைப் பின்புறம் கட்டி முன்னே கொண்டு வந்து நிறுத்தினான்.

இவன் இதுவரை இருநூறு பெண்களைக் கொலை செய்திருக்கிறான்
எனது தமக்கையைக் கொன்றவன் இவன்தான்
இங்கே இப்போதே கொல்ல வேண்டும்
மாதவன் முன் மண்டியிட்டுக் கெஞ்சினான் ஒருவன்.

அறிய வலிதான அமைதிக்குப் பின்
ததாகதன் சொன்னான்
அவனை மன்னியுங்கள்
அவன் செய்த கொலையை
நாம் செய்ய வேண்டாம்
அவனை அவிழ்த்து விடுங்கள்

அவனை அவிழ்த்து விட்டதும் ஒரு நொடி கூட அங்கு நிற்கவில்லை
நடந்தும் ஓடியும் அவன் சில கல் தொலைவுகள் கடந்தான்

கருப்பன் ஒருவன் ததாகதன் முன் நின்றான்
என் மகளைக் கொன்றவன்
பல மகள்களைக் குலைத்தவன்
அவனையும் நீ மன்னிப்பாயோ புத்தனே

என்னையும் கொன்றுவிடு.
ததாகதன் சொன்னான்
கொடுங்கொலை புரிந்தவனையும் மன்னிப்பது ஞானம்
கொடுங்கொலை புரிந்தாரையும் எனக்கு முன்னால்
யாரும் கொல்லாதீர்கள்
கொடுங்கொலை புரிந்து வா மன்னிக்கும் சங்கம்.
கருப்பன் ததாகதனின் பாதங்களைத் தொடப்போனான்
நேரமில்லை இதற்கு மன்னிப்புக்கான காலம் கடந்துவிடும்.
கருப்பன் நிமிர்ந்து பார்த்தான்
கைகளைக் குவித்தான்.
புத்தன் போ எனக் கண்ணசைத்தான்.

●

கருப்பன் கையில் ஒரு ஆணின் தலை
அவன் புத்தனின் முன் அதனைப் படைத்தான்
பிக்குகள் கூட்டம் அலறி அடித்துப் பின்னே நகர்ந்தது.

பெண்கொலை புரிந்த பித்தன் தலை அது
பிரம்மஹத்தி பெரும்பாவம் அல்லவா?
ஆனந்தன் வந்து புத்தனின் காதில் ஓதினான்.

கருப்பனுக்கு மன்னிப்பா ? கனத்த அமைதி
கருப்பன் கருணைக்குரியவன்
மெல்லிய குரலில் புத்தன் உரைத்தான்
கருப்பன் தன் காலைப் பற்றிய போது
ததாகதன் சொன்னான்
எனக்குப் பிள்ளைப் பாசம் தெரியாது
ஆனால் பெண் கொலை பற்றித் தெரியும்
கருப்பனின் கைகளைப் பற்றிய புத்தன்
கண்களை மூடிப் பேசாமல் இருந்தான்
திரும்பி வரும் பொழுது கருப்பன் கண்டான்
தன் புறங்கைகளில் இரு சொட்டுக்
கண்ணீர்த் துளிகளை.

## புறாக்களால் மட்டும் ஆனதில்லை இவ்வுலகம்

புறாக்களோ கிளிகளோ சிட்டுக்களோ ஆந்தைகளோ
தினம் பார்வையில் படும் போதோ
தோட்டத்தில் மதிலில் சன்னல் பக்கம்
உலவிச் செல்லும் போதோ
பெரிதாக ஒன்றும் தோன்றுவதில்லை.
ஓயாமல் அறையில் உலவும் பூனைகூட
பல சமயம் கண்ணில் படுவதில்லை
ஆனால் உங்களுக்குத்தான் தெரியுமே
சில நொடிகள் அது இல்லையென்றால்
அறையே வெறுமையாகத் தோன்றும்
உலகில் பாதியே காணாமல் போனதாகத் தெரியும்.
இதெல்லாம் காலம் தோறும் நிகழும்
கற்பித மனப்பதிவுகள்தான் இருந்தாலும்
சில நாட்களாக அந்தப் புறா கண்ணில் படவில்லை.
நடக்கக்கூடாதது நடந்திருக்குமோ
அல்லது அது தன் துணையுடன்
எல்லைகள் கடந்தும் பறந்திருக்குமோ.
அது ஒரு குளிர்காலப் பகல்நேரம்
தோட்டத்தில் ஏதோ அசைவு
குடையென விரிந்த இறக்கைகளுடன் ஒரு கழுகு
ஒரு நொடி உடல் இறுகி அதிர்ந்தது.
அதன் முன் தரையில் தலைசரிந்து

*கிடந்தது அந்தப் புறா*
*என்னை அறிந்த புறாதானோ அது*
*விரல்களில் நடுக்கம்*
*கால்கள் தளர்ந்தன கண்கள் மங்கின*
*எனது தோட்டத்தைத் தேடிவந்து*
*தன் பறத்தலைத் துறந்திருக்கிறது.*

*இன்று காலைகூட தோட்டத்தில் ஏதும் இல்லை*
*இடையில் நிகழ்ந்த துயரம்தான் அது.*
*நான் அதனை அடக்கம் செய்ய வேண்டும்.*
*நீலத்துணியில் பொதிந்து ஒரு அடி ஆழக் குழியில்*
*அதனை வைக்க வேண்டும்*
*ஆனால் இந்தக் கழுகு?*
*அச்சம் தரும் அதன் தோற்றம்*
*அலகும் நகங்களும்*
*அகன்ற அதன் இறக்கைகளும்*
*எதனையும் விடவும் உறைய வைக்கும் அதன் கண்கள்.*
*என்னை உற்றுப் பார்த்த அதன் முன்*
*கைகூப்பினேன்*
*இது என்னை அறிந்த புறா*
*இங்கு நான் அடக்கம் செய்ய வேண்டும்*
*தலையை அசைத்து மறுத்தது.*
*நானும் இந்தப் புறாவை அறிவேன்*
*நீண்ட காலமாக*
*அது உன் தோட்டத்தில்*
*வரும் போதெல்லாம் உன்னைவிடவும்*
*நான் அதனை அதிகம் கவனித்திருக்கிறேன்*
*உன்னையும் கூட உச்சியில் இருந்தபடி.*
*நெடிய மரத்தைக் காட்டியது*
*ஆம் அதனைச் சில முறை பார்த்திருக்கிறேன்.*
*ஆனால் அத்தனை பெரிய உருவம் கொண்டது*

என்பது தெரியாது.
அது உன்னைப் பார்த்ததை விட
நான் அதிகம் கவனித்திருக்கிறேன்
உன் நகர்வுகள் அறிவேன்.
ஆனால் புறாக்களைப் பற்றிக்
கவலைப்படும் உங்களுக்குக்
கழுகுகள் இருப்பது கண்ணில் பாடதல்லவா
குறுகிப் போய் கைகூப்பி நின்றேன்
என்ன செய்யலாம்.
பறத்தல் முடிந்த உடல் இது
அதனை நான் இது வரை
ஒன்றும் செய்ததில்லை
அது இருப்பதை மறந்து விட்டு உள்ளே செல்
என்ன சொல்வது மண்டியிட்டுக் கெஞ்சினேன்
உனக்கு இறைச்சி ஏதும் தருகிறேன்.
புதிதாக உனது இரக்கம் தேவையில்லை
அதன் தீர்மானம் தெரிந்தது வேறு வழியில்லை
உனது விருப்பம் ஆனால்
எதுவானாலும் இங்கு செய்யாதே
என் கண்களை உற்றுப் பார்த்து
சரியெனத் தலையசைத்தது.
ஒரு முறை அதனைத்
தொட்டுப் பார்த்துக் கொள்ளவா
ஏதும் சொல்ல வில்லை விலகி நின்றது.

திறந்தபடி இருந்தன அதன் கண்கள்
அதன் ஒரு காலில் வளையம்
புலப்படாத ஏதோ எழுத்துகள்
இதனை நான் எடுத்துக் கொள்ளவா
அது உன் விருப்பம்
கழற்ற முடியவில்லை

*காயம்பட உருவியெடுத்து*
*உள்ளங்கையில் பொதிந்து கொண்டேன்.*
*தரையில் தளர்த்தி விட்டு நகர்ந்தவுடன்*
*காற்றில் எழுந்தது கழுகு*
*அதன் கால்களில் அதன் இரை மேலே மேலே .*
*புறா வானத்தில் பறந்து கொண்டிருந்தது*
*இறதியான பறத்தல்.*
*கண்ணில் படும் வரை பார்த்திருந்தேன்*
*புதைப்பதை விட இது பெரும் விடைபெறல்*
*எனத் தோன்றியது.*

●

*உள்ளே வந்தது மேசைமுன் அமர்ந்து*
*தாரா தேவியின் கண்களைப் பார்க்க முடியாமல்*
*அருள் பாலிக்கும் ஒரு கரத்தையே*
*பார்த்துக் கொண்டிருந்தேன்*
*நம்ப முடியவில்லை*
*அது ஒரு புறாவின் வடிவில் இருக்கிறது.*

●

*கால் வளையத்தைப் படமாக்கி மகளுக்கு அனுப்பினேன்.*
*அதனை உடனே உருக்கிவிடும்படி தகவல் வந்தது.*
*ஏன் என்றதற்கு இன்னும் இதுபற்றியெல்லாம்*
*தெரிந்து கொள்ள வில்லையா நீ.*
*புத்தன் முகத்தையே பார்த்துக் கொண்டிருந்தால்*
*புதிய தொழில் நுட்பங்கள் தெரியாது*
*அதைப் பற்றி தொலைபேசியில் சொல்லவும் முடியாது*
*நேரில் சொல்கிறேன் படத்தையும் நீக்கிவிடு என்றார்.*
*தாரா தேவி பற்றி நான் சொல்லவில்லை.*
*உலகம் புரிந்து கொள்ள முடியாத எண்களால் ஆனது என்பது மட்டும்தான் அப்போது புரிந்தது.*

## ஐந்து புள்ளி இருபது நொடிகள்

உன்னைத்தான் நினைத்துக் கொண்டிருந்தேன்
வந்துவிட்டாய் என்றான்
வராமல் இருப்பேனா
என் ஓவியங்கள் எல்லாம்
உன்னிடம்தானே உள்ளன என்றாள்.

இப்படித்தான் நடக்கிறது எல்லாம்
ஒரு சொல்லைத் திரித்தும்
மறு சொல்லை மறைத்தும்
வரு சொல்லைக் குலைத்தும்
வார்த்தைகள் அழித்தும்
சில நொடி விளையாட்டாய்த் தொடங்கி
சிலரது வாழ்க்கை முடிந்து போகிறது என்றான் அவன்.

தெரிந்தாலும் இதெல்லாம் நடக்காமல் உள்ளதா
கொன்றும் புதுப்பித்தும் தொடர்கிறது துயரமாக
அவனும் அவளும் நெடுநேரம் பேசவில்லை.
•

அதே அறையில்தான் நடந்தது அது
அவர்கள் நான்கு பேரும் இருந்தனர்
அவள் சொன்னாள் என்னால்
சிறைக்கெல்லாம் போக முடியாது
நான் மட்டுமென்ன சிறையில் சாகவா பிறந்தேன்

அவனுடைய கேள்வி அவளை உலுக்கியது
என் குழந்தை சிறையில் பிறக்க வேண்டுமா
அவளுடைய தாக்குதல் பெரியது
மூவருமே அதிர்ந்து போயினர்
இன்று காலைதான் உறுதியானது
ஏன் என்னிடம் சொல்லவில்லை இதுவரை
குழந்தையை பெற்றுக் கொள்வதா
இல்லையா எனக் குழப்பத்தில் இருந்தேன்
அவன் எதுவும் பேசாமல்
வெளியே போய் விட்டான்
சற்று நேரத்தில் கதவு தட்டப்பட்டது
உள்ளே இரண்டு பேர்
வெளியே மூவர் ஆயுதங்களுடன் இருந்தனர்
மூவரையும் அசையாமல் இருக்கச் சொல்லிவிட்டு
அறை முழுக்கத் தேடினார்கள்
அட்டைகள் பதாகைகள் துணியெழுத்துகள்
அவர்கள் தேடியது கிடைத்தவிட்டது
நாங்கள் எழுதியும் வரைந்தும் தருபவர்கள் மட்டும்தான்
வேறு எதுவும் தெரியாது
மூவரும் சொன்னதை அவர்கள் பொருட்படுத்தவில்லை

கீழே அவர்களை அழைத்துச் சென்ற பொழுது
புகைபிடித்தபடி எதிரில் வந்தவன் பேச நிறுத்தினான்
அவள்தான் முதலில் பேசினாள்
கம்ப்யூட்டர் ரிப்பேரிங் இன்று இல்லை
பிறகு சொல்கிறோம்
அவன் குழப்பிப் போனான்.
●

பிறகு விசாரணை முடியும் வரை
அவள் சொன்னதெல்லாம் பொய் மட்டும்தான்
அவனை அவளுக்குத் தெரியாது என்றாள்

அவளது காதலன் வேறு நகரத்தில்
வேலை செய்கிறான் என்றாள்
தான் கருவுற்றிருப்பது யாருக்கும் தெரியாது என்றாள்
எட்டு மாதங்கள் கழித்து பெயில் கிடைத்து வந்து
குழந்தை பெற்ற போதும் அவனுக்குச் சொல்லவில்லை
பார்க்க வந்தவனிடம் முகம் கொடுத்தும் பேசவில்லை.
●

இருவரும் நெடுநேரம் கழித்து ஒரே கேள்வியைக் கேட்டனர்
சரி அதைவிடு கடைசியாக ஒரு முறை
இருவரும் சேர்ந்து புகைபிடிக்கலாம் என்றாள்
கடைசியாகவா பிறகு
என் ஓவியங்களை எடுத்துக் கொண்டு ஊருக்குப் போகிறேன்.

அதற்கு முன் ஒன்று தெரிய வேண்டும்
ஏன் அவனைத் தெரியாது என்றாள் அவள்?
இருவரும் பெருமூச்சு விட்டனர்
இன்று அவளையே கேட்டுவிட வேண்டியதுதான்
தொலைபேசியை எடுத்தவள் ஒலிபெருக்கியில்
வைத்துப் பேசத்தொடங்கினாள்
எதைப் பேசுவது எதைவிடுவது

உண்மையில் அவர்கள் தேடியது அவனைத்தான்
நாம் இப்போது வெளியே இருக்கிறோம்
அவன் பிடிபட்டிருந்தால் ஆயுள் தண்டனையோ மரணமோ தெரியாது
தொலைபேசி இணைப்பைத் துண்டித்து விட்டாள்
ஐந்து புள்ளி இருபது நொடிகள் மட்டும்தான்.

புகைபிடிக்கலாமா என்றான்
பிறகு பிடிக்கலாம் என்ன அவசரம்
ஊருக்குப் போக வேண்டுமே நீ
ஏன் நான் ஊருக்குப் போக வேண்டும்

ஓவியங்களை எடுத்துக் கொண்டு
இந்த ஓவியங்களையா இதெல்லாம் போதாது.

சில நொடி விளையாட்டாய்த் தொடங்கி
சிலரது வாழ்க்கை இப்படித்தான்
மாறிப் போகிறது என்றான் அவன்
சில நொடிகள் அல்ல
ஐந்து புள்ளி இருபது நொடிகள் என்றாள் அவள்.

## பிழைபடாத காட்சி

அவர்கள் வந்து வீட்டின் கேட்டை
உடைத்துத் திறந்தார்கள்
பதறிப்போய் வெளியே வந்த
என்னைத் தள்ளிவிட்டு
வீடு முழுக்கத் தேடினார்கள்
அவர்கள் எங்கே ஒளிந்திருக்கிறார்கள்
என்று என் மென்னியைப்
பிடித்துக் கேட்டார்கள்
ஜெய்சிரிராம் ஜெய்சிரிராம் என்று
என அலறிய பின்
பிடியைத் தளர்த்திவிட்டு
அவர்கள் இருக்குமிடத்தைச் சொல்லிவிடு
நாங்கள் உன்னை விட்டுவிடுகிறோம்
என்றார்கள் நான் எனக்குத் தெரிந்த
இடங்களையெல்லாம் சொன்னேன்
திரும்பவும் வருவோம்
எச்சரிக்கையாக இருக்கணும் என்றார்கள்
கேட்டை மூடும் போது ஓடி வந்த பூனையை
காலால் மிதித்துக் கொன்றார்கள்
கைகள் செயலிழுந்து கால்கள் மரத்துப் போய்
கீழே சரிந்து விட்டேன்.

பூனையின் தலை அட்டை போலத்
தரையில் ஒட்டிக்கொண்டிருந்தது
குருதி கொப்பளித்து தரையெங்கும் படர்ந்தது
தெருவெங்கும் பரவி நாற்சந்தியில் தேங்கியது.

காலைவரை ஒன்றும் செய்ய முடியாமல்
அரைமயக்கத்தில் கிடந்த நான்
பூனையைப் புதைக்கத் தேடினேன்
பருந்தோ கழுகோ அதனை
அங்கிருந்து நீக்கிவிட்டிருந்தது
ரத்தம் நெடிய வீதியாய் பரவியிருந்தது
எப்படி இது
நெடுஞ்சாலையில் விரைந்த
வண்டிகள் எல்லாம்
ரத்தத்தை அப்பிக்கொண்டு ஓடின
எனக்கு மட்டும்தான் அப்படித் தெரிகிறதா
இல்லை
இன்னும் இரண்டொரு
கஷ்மீரத்து மாணவர்களும்
அதனைக் கண்டிருக்கிறார்கள் அன்று.

# புத்த கற்பிதம்

பிள்ளைகள் பசி தீர்க்க முடியாமல்
தப்பியோடும் தகப்பன்மார்கள் புத்தனிடம் சரணடைகிறார்கள்.
உழவர்கள் களத்தை களவாடிய
ஊர்க்கொள்ளைக்காரர்கள் புத்தனிடம் சரணடைகிறார்கள்.
நண்பனின் மனைவியைக் கருவுற வைத்தவர்கள்
ஊர்விட்டு ஓடி புத்தனிடம் சரணடைகிறார்கள்.
ஆயிரம் தலைகளைப் போர்க்களத்தில் கொய்தவனும்
ஆயிரம் கண்களை உறக்கத்தில் பிடுங்கியவனும்
ஆயிரம் கட்டைவிரல்களை மாலையாகக் கோர்த்தவனும்
ஆறாயிரம் குழந்தைகளைச் சந்தையில் விற்றவனும் கூட
புத்தனிடம் சரணடைந்துள்ளாதாகப் பேசிக்கொண்டனர்.

பிக்குவாக மாறிய பின்
அவர்கள் யாராக இருந்தனர் என்பது
யாருக்கும் தெரிவதில்லை
அவர்கள் உலவும் ஊர்களில் ஏதும்
குற்றங்கள் நடப்பதில்லை.

தந்தையைத் தாயை இழந்தோர்
விரல்களை இழந்தோர்
கொடுங்கொலையில் சுற்றத்தை இழந்தோர்
எல்லாம் மகா மைத்திரன் முன் நின்று புலப்பினர்.
பெருங்கொடுமைப் புரிந்தோர்க்கெல்லாம்
பிறவி இன்பம் தரவா ஞானமடைந்தாய் ததாகதனே!
முன் வரிசையில் நின்ற இளைஞர்களின் கண்களை

ஒவ்வொரு நொடியாக உற்றுப் பார்த்தான் புத்தன்.
உங்களுக்குக் கொடுமை செய்தவர்கள்
உங்களிடமிருந்து தப்பி
உங்களைக் கடந்து என்னிடம் வந்துவிட்டால்
சரணளிப்பதுதான் எனது தர்மம்
அவர்கள் இங்கு வருவதைத் தடுத்து விட்டு
என்னிடம் நீங்கள் வந்தாலும் அது நிகழும்.
மன்னிப்பு அல்ல எனது மார்க்கம் மாளா வலி அழித்தல்.

●

தயங்கி நின்ற சிலர் பேசிக் கொண்டனர்
புலம்புவதை விட்டு போய்ச் சிலக் கொலைகளைச் செய்யுங்கள்
புத்தனிடம் வந்து சரணடையுங்கள்.

வாழ்தல் பெருந்துக்கம் வாழ்வை அழித்தல் பெரும்பாவம்,
பிறர் துயர் தீர்க்கும் எனில் கொலையும் பெருந்தவம்.

அதனைக் கேட்ட சில பிக்குகள் நடுங்கிப் போயினர்.
தீராத அன்பு என எதைத்தான் சொல்கிறார் ததாகதர்
உயிர் அளித்தும் பிறர் துயர் களைதல்
உயிர் நீக்கியும் பிறர் வாழ்வு காத்தல்.

●

புத்தன் முன் ஒரு இளைஞன்
கொய்த தலை ஒன்றை வைத்தான்
தொல்குடிகளைக் கொன்று நிலம் கவரும் கொடுங்கோலன் தலை
புத்தன் முன் பணிந்த இளைஞனின்
நெற்றியைத் தொட்டு நிமிர்த்த
அவன் கண்களில் கண்ணீர்
புன்னகை புரிந்த ததாகதன்
எழுக பிக்கு என்ற போது
அங்கே பெரும் நிசப்தம்.

## மூலிகை மரம்

பனி விலகிக் கொண்டுள்ளது
பகல் பொழுதுகள் தளிர்ப்புதரில்
தணல் மலர்த்துகின்றன.
குமிழ்க்கும் கோடை
வேலிக்கு வெளியே வளைய வந்துகொண்டிருக்கிறது.

பருவங்கள் தோறும் உன் தோற்றங்கள் மாறுவதைப் பற்றி
முன்னைப் போலச் சிணுங்குவதில்லை நீ மகளே.
நிறம் மாறுவதைப் பற்றியோ
உறக்கமும் பசியும்
நிலைமாறுவது பற்றியோ முறையீடுகள் இல்லை.

கருப்பர்களை படல் வைத்து தள்ளும் காவலர்களைக் குறித்தோ
பழுப்பு நிறத்தவர்களைக் கண்டால்
நிறுத்தாமல் செல்லும் ஓட்டுநர்களைக் குறித்தோ
நீ இப்போதெல்லாம் எதுவும் பேசுவதில்லை.

இனப்படுகொலைக்கு எதிரான பேரணிகளில் கூட
இனம் கலக்காமல் நடந்து செல்லும் இளைஞர்கள் பற்றி
உன்னால் நகைச்சுவைத் துணுக்குகள் எழுத முடிகிறது.

கடவுச் சீட்டும் குடியுரிமையும் இல்லாமல்
வாழும் உன் தோழிகளின் குடியிருப்புகளுக்கு

இப்பொழுதெல்லாம் தயக்கமில்லாமல்
உன்னால் விருந்துக்குச் செல்ல முடிகிறது.

பெருந்தொற்றுக் காலத்தில் மனிதர்கள் அற்ற
நகரங்களில் பார்க்காத இடங்களைப் பார்த்து வரச் செல்கிறாய்.

மாடுகள் மேயும் பெரும்புல்வெளிகள்
அன்னங்கள் நீந்தும் ஏரிப்பரப்புகள்
விதவிமான சமவெளி ஓடைகள்
ஆளற்ற ஊசியிலைக்காடுகளென
உன் பயணப்படங்களை அனுப்பி
என்னை அச்சம் கொள்ள வைத்து விட்டு
உனக்குச் சொந்தமான நிலங்களையெல்லாம்
கண்டு பிடித்துக் கொண்டிருக்கிறாய்

எனக்கு ஆறுதல் சொல்ல அவ்வப்பொழுது
இலையுதிர்த்துத் துறவு கொண்ட மரங்களின்
தியானங்களைப் படம்பிடித்து அனுப்புகிறாய்

●

உனது குறுஞ்செய்தியை
மீண்டும் ஒரு முறை பார்த்தபடி
தோட்டத்தில் நிற்கும் இந்தப் பொழுதில்
நீ நட்டுச் சென்ற சிறுமரத்தின்
சருகுகளை உதிர்க்கிறது காற்று

அது அவ்வப்போது நடப்பதுண்டு
மஞ்சள் இலைகளைக் கையில் எடுத்துக்
காதருகில் வைத்துக் கேட்கிறேன்
ஒன்றில் புயல் மற்றொன்றில் இசை
இன்னும் ஒன்றில் உண்ண மறுத்து
அடம் பிடிக்கும் உன் குழந்தைக் காலச் சிணுங்கள்.

## மாதவி அறம் உரைத்த காதை

பளிக்கறையில் பதுங்கியவள்
தோற்றமாக வெளித்தெரிந்தாள்.
ஒலியற்ற உலகம் ஓசையற்ற அமைதி
மனதின் உள்நிறங்களைக் காட்டும் ஒளித் தகடுகள்

இச்சையின் வலி கடக்க அதற்குள் பதுங்கினாள்
கவர்ந்து செல்லக் காத்திருக்கும் கைகளின் நிழல்கள்
அச்சத்தில் மூர்ச்சித்து பின் விழித்த போது
இருந்த இடம் மணிபல்லவம் கமல பீடம்

காலங்களை மறக்கச் செய்யும் கருணா மூர்த்தம்
பெருங்கருணை பேரன்பும் குவிந்த அபய ஹஸ்தம்
மூடிய விழிகளுக்குள் ஒளிரும் புத்த நயனம்

மேகலா சிறு குழந்தை
மாதவி இசைக்கும் யாழ் பெற்ற உருவம்
பிறவிகள் குறித்தும் பிறந்தவரைக் காப்பது குறித்தும்
அறிந்து கொண்டவள்
பதும பீடம் விட்டு அகலும் நேரம் கேட்டாள்
ஒரு முறை விழி திறந்து பார் கமலநாதனே.

ததாகதன் இமை கவிழ்ந்த அமைதியில் மூழ்கியிருந்தான்
மேகலை புதிருடன் முன் நின்றாள்
ஒலித்த பெண் குரல் சொன்னது உன் காலம் முடிந்தது

தீவு விட்டுச் செல்கிறோம்
மேகலை மீண்டும் புகார் நகர உவவனத்தில்.
●

மாதவியின் மடியில் மேகலை
தலையில் கூசும் சின்முடிகள்
அம்மா தலையை வருடு
என்னடிச் செல்லம் இது
யார்க்கும் கிட்டாத பேரருள் பெற்றவள்
இன்னுமா சிறுகுழந்தை
போ அம்மா புத்தன் சொன்னவை அனைத்தும்
எனக்கு நீயும் சொல்லியிருக்கிறாய்
ஆனால் அவற்றைப் புத்தனில் வாக்கில்
கேட்க வாய்க்குமோ
வாய்க்கலாம் வாய்க்காமல் போகலாம்
எனக்குக் கவலையில்லை
அருளின் நாயகன் கண்மூடியிருந்தான்
அவனிடம் கேட்டேன்
ஒரு முறை என்னைப்பார்
என் மாதவித் தாயைப் போல

மாதவியின் நெற்றியில் வியர்வை
பின் என்ன ஆனது பிள்ளாய்
நான் மீண்டும் உவவனத்தில்
மேகலையை எழுப்பியவள்
தலையை காந்தார தேசத்து
வெண்துகிலால் மூடினாள்
வா என்னுடன்
உவவனம் பளிக்கறை
உள்ளே சென்ற இருவரும்
ஒவ்வொரு ஆடியிலும் ஓர் உருவம்

பாரடி பெண்ணுரு கொண்ட புத்தனை
இமை திறந்து பார்க்கும் புத்தனை

தோள் தொட்டு நின்ற மாதவி காட்டினாள்
கண்திறந்த புத்தன் இதுதான்
அம்மா இது நானலல்வா
விழித்துப் பாரடி என் செல்லமே அது நீயல்ல புத்தன்
மேகலா அம்மாவைக் கட்டிக் கொண்டாள்.
●

அமுத சுரபியாமே என்னடி கண்ணே அது
அதுவா காலம் வரும்போது சொல்கிறேன்.
அதுவரை என்ன நான் என்ன செய்வதாம்
என் கண்களைப் பார்த்துக் கொண்டிரு.

மேகலா என்னை ஈன்ற தேய்வமே.
●

★ கண்விழித்த புத்தனின் படிமங்கள் பின்னாளில் உருவாக்கப்பட்டன. அவற்றிற்கான மூல படிவத்தை வரைந்து அளித்தது மாதவி எனவும் அதனால் அவளுடைய மகளின் சாயல் அதில் படிந்ததுள்ளது எனவும் ஒரு மரபுள்ளது.

## புறாத் தோட்டம்

இரும்புக் கதவைத் திறந்து சைக்கிளை நகர்த்தினேன்
வாசலில் புறா ஒன்று செத்துக் கிடந்தது
எனத் தொடங்கி
புறாக்களின் உறவு புதைப்பதுடன் முடியட்டும்
நாய்கள் தமக்குப் பிடித்ததைச் செய்யட்டும்
என முடிந்த கவிதையை எழுதியது நினைவுக்கு வந்தது.

புறாவை எடுத்துப் போய்
கைக்குட்டையில் பொதிந்து
தோட்டத்தில் புதைத்ததும்
கவிதை வரலாற்றில் இடம்பெற்றுவிட்டது.

இப்போது அனைத்தையும் மாற்றி எழுதச் சொல்லி
நாய்கள் கேட்டுக் கொண்ட அன்று இரவு
எப்படி எனத் தவித்துக் கிடந்த போது
காட்சிகள் கலங்கின
●

நாய்கள் தமக்குப் பிடித்ததைச் செய்யட்டும்
என எண்ணியபடி
நான் சைக்கிளில் வெளியே செல்ல நகர்ந்தபோது
இரண்டு நாய்களும் வேலியில் புகுந்து
தோட்டத்தை நோக்கித் தாவிப் பறந்தன.

புறாக்கள் மறுமுறை உயிர் பெறக்கூடும் என்பது
இந்த மனிதர்களுக்குத் தெரியாது
என்றபடி புதைவிடத்தைச்
சுற்றிச் சுற்றி வந்தன.

ஒரு முடிவுக்கு வந்தது போல
மண்ணைக் கிளறின
மண்ணுடன் கலந்த
வெள்ளைத் துணியில்
புறாவின் உடலைக் காணவில்லை
வெறும் துணி அதற்குள் சில பஞ்சுச் இறகுகள்.
நாய்கள் இரண்டும்
துணியைக் கவ்வி இழுத்துக்
கிழித்து எறிந்தன.
இறகுகளைக் காலால் அடித்துக்
கலைத்துப் போட்டன.
பள்ளத்திலிருந்து மேலேறி வந்த
ஒரு புறா விழித்து எழுந்தது போல
அப்படியும் இப்படியும்
தலைசாய்த்துப் பார்த்தது.
அதன் கண்முன்னால்
நாய்கள் இரண்டும் பள்ளத்தை
இன்னும் ஆழமாய்த்
தோண்டத் தொடங்கின
புறாக்கள் புறாக்கள்
புதிது புதிதாகத்
திடுக்கிட்டு விழித்துப் பறந்தன.

நாய்களின் கண்களில்
கண்ணீர் வடிந்தபடி இருந்தது.
நான் அச்சத்துடன்

வேலிக்கு வெளியே இருந்து பார்த்துக் கொண்டிருந்தேன்.
என் தோளில் வந்து அமர்ந்த ஒரு புறாவும்
அதனைப் பார்த்துக் கொண்டிருந்தது.

(இனி புறாக்கவிதைகள் எழுதுவதில்லை என்பது எனது முடிவு,
புறாக்கள் கவிதை எழுதினால் அதற்கு நான் பொறுப்பல்ல)